सुखी जीवनाचे पासवर्ड

दुःख, अशांती आणि उद्विग्नतेच्या
कैदेतून सुखाला करा मुक्त

★★★★

सुखी जीवनाचे पासवर्ड
दुःख, अशांती आणि उद्विग्नतेच्या कैदेतून सुखाला करा मुक्त

Sukhi Jeevanache Password
Dukha, Ashanti Aani Udvigntecha Kaidetun Sukhala Kara Mukt

by **Sirshree** Tejparkhi

प्रकाशक : वॉव पब्लिशिंग्ज् प्रा. लि., पुणे

प्रथम आवृत्ती : जून २०१८

पुनर्मुद्रण : नोव्हेंबर २०१९

ISBN : 978-93-87696-22-8

© Tejgyan Global Foundation

All Rights Reserved 2018.
Tejgyan Global Foundation is a charitable organization
having its headquarters in Pune, India.

सर्वाधिकार सुरक्षित

'वॉव पब्लिशिंग्ज् प्रा. लि.'द्वारे प्रकाशित हे पुस्तक अशा अटीवर विकण्यात येत आहे, की प्रकाशकाच्या लेखी पूर्वअनुमतीविना ते व्यापाराच्या दृष्टीने अथवा अन्य प्रकारे उसने, भाड्याने अथवा विकत, अन्य कोणत्याही प्रकारच्या बांधणीत अथवा अन्य मुखपृष्ठासह देता येणार नाही; तसेच अशाच प्रकारच्या अटी नंतरच्या ग्राहकावर बंधनकारक न करता आणि वर उल्लेखिलेल्या कॉपीराइटपुरत्या मर्यादित न ठेवता या पुस्तकाच्या कोणत्याही स्वरूपाच्या विनिमयास, तसेच कॉपीराइटधारक व वर उल्लेखिलेले प्रकाशक दोघांच्याही लेखी पूर्वअनुमतीविना इलेक्ट्रॉनिक, मेकॅनिकल, फोटोकॉपी, रेकॉर्डिंग इत्यादी प्रकारे या पुस्तकाचा कोणताही अंश पुनःप्रस्तुत करण्यास, जवळ बाळगण्यास अथवा सुधारित स्वरूपात प्रस्तुत करण्यास मनाई आहे.

'सुखी जीवन के पासवर्ड' या मूळ हिंदी पुस्तकाचा मराठी अनुवाद

हे पुस्तक समर्पित आहे,
विश्वातील त्या सर्व लोकांना,
जे स्वतः सुखी जीवन जगून
इतरांसाठी प्रेरणा बनले.

अनुक्रमणिका

प्रस्तावना	पूजनीय कोण – दुःख की सुख	०७
	जागृतीचा पासवर्ड	
खंड १	**मनरूपी गुहेत दडलेला पासवर्ड**	**११**
अध्याय १	धुळीत लपलेलं फूल	१३
अध्याय २	नकारात्मक भावनांचा बोगदा	१६
अध्याय ३	भावनेच्या गुहेतून मार्गक्रमण कसं कराल	१९
खंड २	**सुखी जीवनाचे आठ पासवर्ड**	**२३**
अध्याय ४	सुखी जीवनाचा पहिला पासवर्ड	२५
अध्याय ५	दुःख आहे सुखाचा संकेत	२८
अध्याय ६	निसर्गाला आपला पक्ष सांगा	३२
अध्याय ७	निसर्गाची सर्जनशीलता	३५
अध्याय ८	सुखी जीवनाचा दुसरा पासवर्ड	३९
अध्याय ९	भागीदाराकडून आपला धडा शिका	४३
अध्याय १०	हिरे जतन करा कमतरता सांगू नका	४६
अध्याय ११	सुखी जीवनाचा तिसरा पासवर्ड	४९
अध्याय १२	भ्रमामागे दडलेलं सत्य	५२
अध्याय १३	भ्रम आणि तेजसत्य हा जीवनाचा नियम आहे	५८
अध्याय १४	सुखी जीवनाचा चौथा पासवर्ड	६२

अध्याय १५	सुखी जीवनाचा पाचवा पासवर्ड	६५
अध्याय १६	सुखी जीवनाचा सहावा पासवर्ड	६८
अध्याय १७	सुखी जीवनाचा सातवा पासवर्ड	७३
अध्याय १८	सुखी जीवनाचा आठवा पासवर्ड	७७
खंड ३	**दु:ख, अशांती यांचे कुलूप**	**८१**
अध्याय १९	ईश्वरापासून विभक्त होणं हेच दु:ख आहे	८३
अध्याय २०	दु:खात राहण्याच्या सवयीला बाय-बाय करा	८७
अध्याय २१	शेजाऱ्याचं सुख हे आपलं दु:ख आहे का	९१
अध्याय २२	दु:खाचं दु:खच दुहेरी दु:ख आहे	९७
अध्याय २३	ध्येयावरुन लक्ष विचलित होऊ नये	१०३
अध्याय २४	अज्ञानयुक्त कर्माचा परिणाम म्हणजेच दु:ख	१०९
अध्याय २५	मनाची कल-कल म्हणजेच दु:ख	११४
अध्याय २६	मायेच्या गर्भात मनाव त्रस्त का	११८
खंड ४	**जीवनरूपी कुलपाची किल्ली**	**१२१**
अध्याय २७	स्वीकारयुक्त अनुमती	१२३
अध्याय २८	आनंदाचा चश्मा उतरु नये, उतरवू नये	१२९
अध्याय २९	दु:खातून प्राप्त झालेल्या शक्तीचा सदुपयोग	१३७
अध्याय ३०	सूक्ष्म चुका ओळखा	१४१
अध्याय ३१	बुद्धिबल, मनोबल आत्मबल प्रभावी बनवा	१४४
अध्याय ३२	कारची स्क्रीन सदैव स्वच्छ ठेवा	१४९
अध्याय ३३	तुम्ही केवळ आनंदी व्हा, खुश व्हा	१५३
अध्याय ३४	खुश लोकांच्या संगतीत राहा	१५८

प्रस्तावना

पूजनीय कोण – दुःख की सुख

जागृतीचा पासवर्ड

एका गावात एक पाथरवट राहत होता. गावाजवळील डोंगरावर जाऊन तो दगड फोडून ते विकून त्यावर गुजराण करत असे. एके दिवशी दगड फोडत असताना अचानक त्याच्या मनात विचार आला, 'मी इथे दिवसभर कष्ट करून दगड फोडतो आणि लोक मात्र याच दगडांनी त्यांचे बंगले बांधतात. माझादेखील असा बंगला असता तर...' या विचारानेच तो दुःखी झाला. त्याचवेळी आकाशवाणी झाली 'तुझ्या सर्व मनोकामना पूर्ण होतील.' अशा प्रकारे त्याची स्वतःचा बंगला बांधण्याची इच्छा पूर्ण झाली. त्यानंतर काही दिवस मजेत गेले.

एके दिवशी त्याच्या बंगल्यासमोरून तेथील राजा आपल्या लवाजम्यासह चालला होता. पालखीत ऐशआरामात विराजमान झालेल्या राजाला पाहून त्या पाथरवटाच्या मनात विचार आला, 'अरे, वा! राजा बनून पालखीतून भ्रमण करणं किती सुखावह असेल ना! मीदेखील राजा असतो तर...' त्याच्या मनात असे विचार येताच, त्याची ही इच्छादेखील पूर्ण झाली.

आता तो राजा बनून पालखीतून फिरू लागला. काही दिवस आनंदात गेले. त्यानंतर त्याला पालखीत गरम होऊ लागलं. उन्हाळ्याचे दिवस होते. कडक उन्हामुळे पालखीत त्याला दरदरून घाम येऊ लागला. तेव्हा त्याच्या मनात विचार आला, 'राजापेक्षाही सूर्य अधिक शक्तिमान आहे. मी सूर्य बनलो तर...'

त्यानंतर तो सूर्य बनला. परंतु त्याचा सूर्य बनल्याचा आनंद केवळ उन्हाळ्यापर्यंतच टिकला. पावसाळ्याला सुरुवात होताच आकाशात चौफेर ढग दाटू लागले. साहजिकच सूर्य ढगांच्या आड दडला गेला. त्यामुळे त्याला वाटलं, 'सूर्यालाही दडवून टाकण्याचं सामर्थ्य ढगांमध्ये आहे. मग ढग तर सूर्यापेक्षाही श्रेष्ठ ठरतात. मी ढग असतो तर किती बरं झालं असतं!' असे विचार येताच तो ढग बनला. ढग बनून आकाशात भ्रमण करताना त्याला मजा वाटू लागली. त्यामुळे तो अतिशय खुश होता. परंतु थोड्याच वेळात जोरदार वारा सुटला, त्यामुळे बरेचसे ढग विखुरले गेले. हे पाहून त्याच्या लक्षात आलं, की वाऱ्यामध्ये तर ढगांना दूर सारण्याचीही ताकद आहे. मग त्याच्या मनात विचार आला, 'ढगांपेक्षाही हवा अधिक ताकदवान आहे. म्हणून मी हवा बनलो तर...' असा विचार येताच तो हवा बनला.

आता हवा बनून तो आनंदाने चोहीकडे वेगाने फिरत होता. त्याच्या शक्तीने कितीतरी झाडं उन्मळून पडली. हे पाहून त्याला खूप मजा वाटू लागली. आता तो डोंगराच्या दिशेने गेला. परंतु डोंगरावर त्याचा कोणताही परिणाम होत नाही, हे त्याच्या लक्षात आलं. डोंगरामुळे हवा पुढे जाऊच शकत नव्हती. ती एका ठिकाणीच खिळून राहते. याचाच अर्थ, हवेपेक्षाही डोंगर शक्तिशाली आहे. आता त्याला वाटू लागलं, 'हवेपेक्षा मी डोंगरच बनायला हवं...'

असा विचार मनात यायचा अवकाश, की तो डोंगर बनला. काही दिवसांनी तिथे एक माणूस आला आणि तो पहारीने डोंगरावर प्रहार करू लागला. हे दृश्य पाहून डोंगर फोडणारा मनुष्य तर डोंगराहूनही अधिक बलवान आहे, असं त्याला वाटलं. असे विचार येताच तो पुन्हा दगड फोडणारा पाथरवट बनला.

अशा प्रकारे दगड फोडणारा पाथरवट ते वेगवेगळी रूपं धारण करून पुन्हा पाथरवटाचं मूळ रूप घेण्याचा त्याचा हा प्रवास त्याने संपूर्ण सजगतेने पूर्ण केला. त्यामुळे आता त्याला इतर कोणतंही काम करण्याची इच्छा उरली नाही. त्यानंतर आयुष्यभर त्याने दगड फोडण्याचंच काम केलं. परंतु जागृतावस्थेत हा संपूर्ण प्रवास केल्याने तो पाथरवट अगदी सामान्य माणूस राहूनही नेहमी आनंदात राहिला.

सकाळपासून रात्रीपर्यंत तुमच्या मनात कोणकोणते विचार येतात आणि तुम्ही कोणकोणती कामं करता? तुमच्यात कोणत्या भावना निर्माण होतात? तुम्ही कधी दुःखी होता? या बाबींचं सजग राहून तुम्ही निरीक्षण केलं, तर तुमच्या जीवनातील असंख्य

अनावश्यक गोष्टी आपोआप संपुष्टात येतील.

बाह्य वस्तू आनंद देतील, असं कितीतरी वेळा आपल्याला वाटत असतं. एखाद्याने आपलं काम केलं तर आपण खुश होतो. टीव्हीवरील मालिका पाहून अथवा मनोरंजनाच्या इतर साधनांनी आपण सुखावून जातो. मग आपण नेहमी बाह्य साधनांमध्येच आनंद शोधू लागतो. अशा प्रकारे आपल्याला खुश राहण्यासाठी कोणत्या तरी बाह्य कारणांची आवश्यकता भासते. परंतु आपल्याला जर आपल्या आतच आनंदाचा स्रोत गवसला, तर आनंदासाठी आपण बाह्य वस्तूंवर अवलंबून राहणार नाही.

मात्र, मनुष्य विचार करतो, 'माझ्याकडे पुरेसा पैसा नाही म्हणून मी दुःखी आहे... राहायला बंगला नाही, हीच माझी व्यथा आहे... माझी मुलं माझं अजिबात ऐकत नाहीत, म्हणून मी दुःखी आहे... मला संपत्ती मिळाली तर माझं दुःख संपुष्टात येईल... माझी मुलं माझ्या मनाप्रमाणे वागू लागली, तर कदाचित मी आनंदी होऊ शकेन... बंगला मिळाला... कार मिळाली, तर मी आनंदी होईन...'

लोक, धारणायुक्त ज्ञान म्हणजेच मायेची जाहिरात ऐकून दुःखावरील उपाय शोधत राहतात. शिवाय तो उपायदेखील अयोग्य ठिकाणी शोधतात.

मनुष्याच्या जीवनात दुःख त्याला दुःख देण्यासाठी येत नाही. आपण ज्याला दुःख संबोधतो, ते तर मनुष्याला फीडबॅक अथवा त्याच्या प्रश्नाच्या उत्तराचा संकेत देण्यासाठी येतं. मनुष्याने विवेकयुक्त मननाची तलवार परजत राहावी यासाठी खरंतर दुःख येतं.

ज्ञानी लोक दुःखद स्थितीतही प्रत्येक समस्येवरील उपाय शोधू शकतात आणि अज्ञानी लोक मात्र रडत राहतात. ज्ञानीजन दुःखरूपी काट्यांमधून फळ आणि फूल शोधून काढतात. परंतु अज्ञानी लोक काट्यांची गणती करत राहतात. वास्तविक दुःख ही जीवनाची गरज आहे. परंतु यावर मनन करण्याची आवश्यकता मनुष्याला भासत नाही. दुःखावर मनन केल्यानेच मनुष्याला दुःखाचं यथार्थ दर्शन होऊ शकतं.

विश्वातील प्रत्येक महापुरुषाने दुःखाच्या सम्यक दर्शनाची महती गायली आहे. भगवान बुद्धांनीदेखील दुःखावरच नेहमी प्रकाश टाकला. त्यांनी असं का केलं असावं, याविषयी तुम्ही कधी विचार केला का? याचं कारण आहे, भगवान बुद्धांसारख्या महापुरुषांनी दुःखाकडे समभावाने पाहून निर्वाण प्राप्त केलं.

साहसी आणि धीरोदात्त लोक अगदी मोठ्यात मोठ्या दुःखालादेखील आव्हान समजून त्यातून मोत्यांसारखा उपहार प्राप्त करतात. परंतु भित्रे लोक मोत्यांसारखे टपोरे अश्रू ढाळत राहतात. अशा प्रकारे उपाय, फळ, शिडी, शिकवण आणि आव्हान प्राप्त झाल्याने ज्ञानी लोकांसाठी शेवटी **दुःखच पूजनीय बनतं.**

एखाद्याने दुःखाची अवहेलना न करता, त्याकडे बारकाईने पाहिलं तर निश्चितच त्याला दुःखांतून मुक्ती मिळेल.

प्रस्तुत पुस्तकात सुखी जीवनाची पासवर्ड ठरणारी आठ वाक्यं दिली आहेत. या पासवर्डच्या साहाय्याने दुःखरूपी कुलूप उघडणं तुम्हाला अतिशय सुकर होईल. त्यानंतर हे पासवर्ड तुमच्या जीवनात कशा प्रकारे चमत्कार घडवतील हे तुम्ही पाहू शकाल. त्याचबरोबर दुःखाची खरी कारणं आणि त्यावरील उपायही या पुस्तकात दिले आहेत. ते जाणून, त्यांवरील उपाय (पासवर्ड) आत्मसात करून तुम्ही जाणू शकाल सुख-दुःखांपलीकडील सुखी जीवनाचं रहस्य!

...सरश्री

खंड १
मनरूपी गुहेत दडलेला पासवर्ड

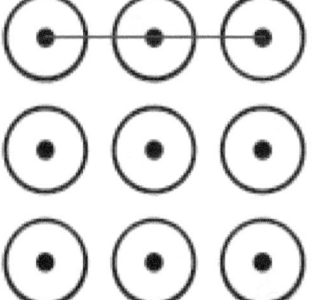

अध्याय १

धुळीत लपलेलं फूल

पहिलं वाक्य – **‘मला कुणीही चुकीचं समजू नये.’**

दुसरं वाक्य – **‘मला बंधनातून, दुःखी जीवनातून मुक्ती मिळो, संपूर्ण स्वातंत्र्य मिळो.’**

या दोन वाक्यांमधून तुम्ही कोणतं वाक्य निवडाल? तुम्ही जर पहिलं वाक्य निवडलं तर संपूर्ण स्वातंत्र्य प्राप्त करणं केवळ एक विचारच राहून जाईल. कारण तुमची निवडच हे दर्शवते, की तुम्हाला बंधनांतून, दुःखी जीवनातून मुक्ती अथवा स्वातंत्र्य प्राप्त करण्याची इच्छा नाही. तुम्हाला कोणी चुकीचं समजू नये, केवळ हीच तुमची इच्छा आहे.

मात्र, जर तुम्ही दुसऱ्या वाक्याची निवड केली, तर तुम्हाला सुखी जीवनाचा पासवर्ड गवसेल. तेच सुखी जीवनाचे आठ पासवर्ड पुढे सविस्तर देण्यात आले आहेत. तुम्हाला हे आठ पासवर्ड प्रथमदर्शनी अतिशय साधारण वाटतील. परंतु तुम्ही जर दैनंदिन जीवनात यांचा उपयोग केला तर तुमचं जीवन प्रेम, आनंद आणि मौन यांनी बहरून जाईल, फुलून जाईल.

सुखी जीवनाचे आठ पासवर्ड जाणण्याआधी मनुष्य आपल्या चुकीच्या सवयी, वृत्ती, नकारात्मक विचार आणि भावना यांमध्ये गुरफटून जीवन जटिल कसं बनवतो, हे

एका उदाहरणाद्वारे समजून घेऊ या. बंधनांतून मुक्त होणं, स्वातंत्र्य प्राप्त करणं तर दूरच. उलट स्वतःच निर्माण केलेल्या दुःखरूपी नरकात जीवन व्यतीत करण्यास तो विवश होतो. साहजिकच प्रेम, आनंद, मौन त्याच्या जीवनापासून कित्येक मैल दूर राहतं. याउलट समज प्राप्त केल्याने आपल्या वृत्ती, नकारात्मक विचार आणि भावना यांतून तो मुक्त होतो आणि सुखी, संपन्न जीवन जगतो.

सर्वप्रथम खाली दिलेल्या उदाहरणाद्वारे हे समजून घ्या, की एक रूपक आपल्या जीवनात कोणता चमत्कार घडवू शकतं.

समजा, अंधारात एक कोटीचा हिरा पडला आहे अणि तो तुम्ही मेणबत्तीच्या प्रकाशात शोधत आहात. अखेर केवळ एक रुपयाच्या मेणबत्तीच्या साहाय्याने तुम्ही तो बहुमूल्य हिरा परत मिळवता. मग तुमच्यासाठी या मेणबत्तीची किंमत एक रुपया राहील का? अशाच प्रकारे तुम्ही या ॲनॉलॉजीकडे केवळ एक कथा म्हणून पाहिलं तर त्याचं मूल्य एक रुपयाच होईल. परंतु जर या कथेच्या साहाय्याने हिरा शोधण्यात यशस्वी ठरला, इशारा ओळखला तर या रूपकाचं महत्त्व कित्येक पटीनं वाढेल.

समजा, तुम्ही तुमच्या कारने एका डोंगराकडे जात आहात. त्या डोंगरावर एक पठार आहे. तुमची कार त्या डोंगराच्या दिशेने जात आहे. या मार्गात काही लहान लहान बोगदेही आहेत. डोंगराकडे जाणाऱ्या सर्व कार त्या बोगद्यातून जातात.

मग वेगवेगळे बोगदे पार करून तुम्ही अशा नाक्यावर पोहोचता, जिथे तुमच्या कारवर किती धूळ साठली आहे, हे तपासलं जातं. बहुसंख्य लोक प्रवासादरम्यान आपली कार साफ करत नाहीत. अगदी थोडेच लोक असे असतात, जे प्रवासात अधूनमधून आपली कार साफ करतात. बोगद्यातून मार्गक्रमण करत असताना गर्दीमुळे मध्येच थांबण्याची वेळ येते, तेव्हा काही लोक कारमधून खाली उतरून त्या कारवर जमा झालेल्या धुळीपासून काही डिझाइन तयार करतात, फुलं बनवतात.

ज्या कारवर कमी धूळ आहे, अशाच कारला पुढे जाण्याची परवानगी दिली जाते. ज्या कारवर खूप धूळ साठलेली आहे, त्यांना दुसऱ्या रस्त्याने पुन्हा खाली पाठवलं जातं. त्यांना डोंगरावरील पठारावर जाऊच दिलं जात

नाही. इतकंच नव्हे, तर प्रत्येक कारमध्ये एक रेकॉर्डिंग यंत्रदेखील बसवण्यात आलं आहे. कार बोगद्यात शिरताच ते रेकॉर्डिंग यंत्र सक्रिय बनतं. बोगद्यातून जात असताना तुमच्या मनात जी बडबड चालू असते, जे विचार चालू असतात ते सर्व त्या यंत्रात रेकॉर्ड होतात.

प्रत्येक बोगद्यातून जात असताना तुमच्या आत भिन्न प्रकारचे विचार चालू असतात. कारण बोगदेदेखील विविध प्रकारचे आहेत. एखादा बोगदा येतो, तेव्हा त्यावर एक फलक असतो. त्या फलकावर काही लिहिलेलं असतं. परंतु ते परकीय भाषेत लिहिलेलं असल्याने, त्यावर काय लिहिलंय हे तुम्हाला समजत नाही. परिणामी तुम्ही बोगद्यातून जात असताना नेहमी जी बडबड करता, ती त्या यंत्रामध्ये रेकॉर्ड होते.

त्या नाक्यावर प्रत्येकाची रेकॉर्डिंगदेखील ऐकली जाते आणि त्यानुसार कुणाला डोंगरावर पाठवायचं आणि कुणाला परत खाली पाठवायचं, याविषयी निर्णय घेण्यात येतो. नाक्यावर रेकॉर्डिंग तपासलं जात असताना लोकांचे प्रतिसाद वेगवेगळे असतात. काही लोकांचा तक्रारींचा सूर असतो. जसं, 'रस्ता खूपच खराब आहे... वातावरण ठीक नव्हतं... सर्वत्र धूळ उडत होती... सुसाट वारं सुटलं होतं... यात आमची काय चूक...' इत्यादी.

नाक्यांवर कारची भली मोठी रांग असते. काही लोक कारमधून खाली उतरतात. त्यांचा नंबर येण्यापूर्वी ते धुळीतून वेगवेगळे डिझाइन बनवतात, फुलं बनवतात तर काही तक्रारी करण्यात दंग असतात.

आता तुम्ही विचार करा, डोंगरावर जाण्यासाठी कोणत्या प्रकारच्या लोकांची निवड केली जाईल? जे बोगद्यातून जाताना तक्रारी करण्यात गुंग होते, दोषारोप करत होते ते की ज्यांनी धुळीपासूनदेखील फुलं बनवली? तक्रारी करणाऱ्यांना कोणती समज प्राप्त झाली होती, त्यांच्या जीवनाचा अनुभव कसा होता? ज्यांच्या कारवरील धुळीपासून फुलं बनली होती, त्यांना कोणतं ज्ञान, कोणती समज प्राप्त झाली होती? या सर्व प्रश्नांची उत्तरं जाणण्यासाठी या प्रवासात आमच्या बरोबर राहा. मग या रूपकातील प्रत्येक पैलू तुम्ही जाणू शकाल.

चला तर, पुढील अध्यायात हे रूपक सविस्तर समजून घेऊ या.

अध्याय २

नकारात्मक भावनांचा बोगदा

मागील अध्यायात देण्यात आलेल्या रूपकामध्ये अतिशय सखोल अर्थ दडलेला आहे. हा गहन अर्थ तुम्हाला समजला तर तुम्ही पृथ्वीवर दुःखी जीवनातून मुक्त होऊन आपलं जीवन आनंद आणि प्रेमपूर्वक व्यतीत करू शकाल. चला तर, आता आपण या रूपकातील गहन अर्थ समजून घेऊ या.

प्रतीकांचा अर्थ -

कार - पंचतत्त्वांनी बनलेल्या आपल्या शरीराचं प्रतीक

धुळीचा जमा झालेला थर - आपले पॅटर्नस्, वृत्ती आणि घट्ट धारणांचं प्रतीक

बोगदा - मनात निर्माण झालेल्या नकारात्मक भावनांचं प्रतीक

नाका - कर्मफळाची खातेवही (निसर्गनियम)

डोंगराकडे जाणारा रस्ता - चेतनेच्या उच्च स्तराचं प्रतीक

खाली जाणारा रस्ता - मायारूपी दुनियेचं प्रतीक

पठार - महानिर्वाण निर्माण करण्यासाठीचं क्षेत्र, मृत्यूनंतरच्या महाजीवनाचं प्रतीक

रेकॉर्डिंग - स्मृतींमध्ये (मेमरीमध्ये) दडलेल्या नकारात्मक प्रोग्रॅमिंगचं प्रतीक

प्रत्येक मनुष्य एक उच्च लक्ष्य प्राप्त करण्याच्या उद्देशाने पृथ्वीवर येतो. 'स्वतःला जाणणं आणि सर्वोच्च आनंदाच्या अवस्थेत स्थापित होणं' हेच पृथ्वीलक्ष्य आहे. परंतु या संसाररूपी मोहमायेत गुरफटून मनुष्य आपलं लक्ष्य विसरून जातो. स्वतःला शरीर मानून स्वतःचे पॅटर्नस्, वृत्ती आणि धारणा यांमध्ये गुंतून दुःखी जीवनच जगत राहतो.

शरीररूपी कारची यात्रा

जिथे महानिर्वाण निर्माण होणार आहे अशा चेतनेच्या सातव्या स्तरावर जाण्यासाठी मनुष्य आपल्या शरीररूपी कारमध्ये प्रवासाला निघतो. म्हणजेच चेतनेच्या सर्वोच्च स्तरावर होणाऱ्या अभिव्यक्तीमध्ये तो सहभागी होणार असतो.

या प्रवासादरम्यान त्याला अनेक छोट्या छोट्या बोगद्यांमधून म्हणजेच मनात निर्माण होणाऱ्या भावनांमधून (इमोशन्समधून) जावं लागतं. इमोशन्समधून मार्गक्रमण करत असताना योग्य समज नसल्यामुळे तो त्यांमध्ये गुंतत जातो. परिणामी तो चेतनेच्या पुढच्या स्तरावर जाण्याऐवजी खालीच घसरतो. कारण त्याचे पॅटर्नस्, चुकीच्या सवयी आणि वृत्ती त्याला पुढे जाऊ देत नाहीत.

इमोशन्समधून वाटचाल करताना कोणते विचार यायला हवेत, इमोशन्सकडे कशा प्रकारे पाहायला हवं, याचं ज्ञान मनुष्याला असेल, तर तो सहजतया सर्व बोगदे पार करून चेतनेच्या सातव्या स्तरावर पोहोचतो. तिथे तो दुःखी जीवनातून मुक्त होऊन सुःख-दुःखाच्या पलीकडील तेज आनंदाची अवस्था प्राप्त करतो.

याउलट इमोशन्समधून जात असताना तो जर बडबड करत असेल, तक्रारी करत असेल, तर तो दुःखदायी जीवनच जगतो.

टनल आणि मनल

लोक जेव्हा कारमध्ये गुहेसमोर येतात तेव्हा त्यांना टनल दिसतो. इथे 'टनल'चा अर्थ आहे, तन म्हणजेच शरीर आणि 'मनल' आहे मन. टनलमधून आपण मार्गक्रमण करत असतो, तेव्हा आपल्याला मनल दिसत

नाही. मनुष्याच्या मनात जेव्हा विविध भावना निर्माण होतात, तेव्हा तो या भ्रमात असतो, की इमोशन्स शरीरावर आलेले आहेत आणि तो टनलमधून वाटचाल करत आहे. परंतु वास्तविक तो टनलने नव्हे, तर मनल अर्थात मनरूपी आंतरिक बोगद्यातून मार्गक्रमण करत असतो.

बोगद्याच्या बाहेर फलक असतो. त्यावर विदेशी भाषेत काही मजकूर लिहिलेला असतो. ते विदेशी भाषेतील लिखाण म्हणजे संवेदना आणि भावनांची म्हणजेच फीलिंग्ज आणि इमोशन्सची भाषा असते. म्हणून ही भाषा आपल्याला समजत नाही. त्यामुळे तिला विदेशी भाषा (फॉरेन लँग्वेज) असं संबोधलं आहे. आपल्या शरीरात जेव्हा काही भावना उफाळून येतात, तेव्हा आपण दुःखी होऊन नकारात्मक विचार करू लागतो, मनात बडबड करू लागतो.

त्यावेळी आपण आपल्या भावना समजू शकत नाही आणि जे जाणवतं ते व्यक्त करताही येत नाही. मग आपण आपल्यात उफाळलेल्या नकारात्मक भावनेतून मुक्त होण्यासाठी पलायन करतो. आपलं मन अन्य काही गोष्टींमध्ये गुंतवण्याचा प्रयत्न करतो. पण तिथेही मन रमलं नाही, तर त्याला व्यसनांमध्ये रमवण्याचा प्रयत्न करतो. जसं, एखादा दारू पितो, नशापान करतो, सिगरेट ओढतो. अशा माणसाची काही काळापुरती त्या भावनांपासून सुटका होते. शिवाय कधी चिडचिड करून, तर कधी एखाद्याशी भांडण करून आपण आपली नाराजी व्यक्त करतो. सांगण्याचं तात्पर्य, आपण आपल्या भावनांच्या चक्रव्यूहात अडकत जातो आणि त्यातून बाहेर पडण्याऐवजी त्यातच स्वतःला अधिकाधिक गुरफटून घेतो.

अध्याय ३
भावनेच्या गुहेतून मार्गक्रमण कसं कराल

मनुष्याच्या मनात भावना आणि संवेदना यांचा महापूर येत राहतो. प्रत्येक घटनेत अथवा प्रत्येक माणसाच्या वागणुकीने अथवा प्रतिसादाने आपल्या मनात काही चांगल्या, तर काही वाईट भावना निर्माण होत राहतात. एखादा काही भलं-बुरं बोलला, तर छातीत तणाव निर्माण होतो. भीतीची भावना असेल, तर पोटावर दबाव येतो. एखाद्या जबाबदारीचं ओझं असेल, तर खांद्यांवर अथवा पाठीवर त्याचा परिणाम दिसून येतो. एकूण काय तर कुठेही चांगल्या, सकारात्मक भावना नसतात. मग नकारात्मक भावनांपासून स्वतःचा बचाव करण्यासाठी मन इतरांवर दोषारोप करू लागतं, बडबड करत राहतं. कारण असं केल्याने काही काळ का होईना त्याची त्या भावनांपासून सुटका होते, दिलासा मिळतो. कसं ते पुढील उदाहरणाद्वारे आपण समजून घेऊ या.

समजा, आपल्या घरी मध्यरात्री अचानक पाहुणे आले. आता आपण इच्छा नसूनदेखील चेहऱ्यावर खुशीचा खोटा मुखवटा चढवतो आणि कृत्रिम हास्याने त्यांचं स्वागत करतो. अहो, या... या बरं झालं तुम्ही आलात म्हणून. त्यांना चहापाणी देतो. त्यानंतर जेवण देतो. परंतु आत मात्र रागात बडबड चालू असते, 'यांना थोडं तरी समजायला पाहिजे... कधीही उठावं आणि लोकांच्या घरी जावं... ही काय वेळ झाली येण्याची? आधीच तर दिवसभर थकून गेलेय. कामाचा ढीग पडलाय. आता यांच्यासाठी स्वयंपाक करा, त्यांचा पाहुणचार करा...'

अशा प्रकारे आतल्या आत कितीतरी बडबड चाललेली असते. मनात जळफळाट होतो, विचारांचा कल्लोळ माजलेला असतो. तरीदेखील वरकरणी हसत आपण बोलतो– 'घ्या ना... आणखी घ्या... लाजता काय... आपलंच घर समजा.'

या दोन्ही परस्परविरुद्ध गोष्टी एकाच वेळी आपल्यासोबत घडत असतात. एक बाह्य दृश्य, जे बदलता येत नाही. परंतु आत जे काही वेगळंच चालू आहे, त्याला मात्र आपण निश्चितच बदलू शकतो.

आपला सकारात्मक वा नकारात्मक प्रतिसाद एक कर्मबीज (भावबीज) आहे, जे भावनिक स्तरावर आहे. म्हणून भावना समजून घेणं अत्यावश्यक ठरतं. आपण जर भावना समजू शकलात तर बोगद्यातून जात असताना योग्य विचार करू शकाल आणि योग्य विचार बाळगल्यानेच 'विचारनियम क्रांती' सर्वदूर फैलावेल. अन्यथा बोगद्यातून मार्गक्रमण करताना मनात झालेल्या बडबडीच्या आधारे एखाद्याला पुढे जाऊ द्यायचं की नाही, हे ठरवलं जातं.

आपण शरीररूपी जी कार चालवत आहोत, त्यात काय रेकॉर्ड होत आहे? आजपर्यंत आपण ज्या ज्या बोगद्यांमधून प्रवास केला आहे, त्यादरम्यान आपल्या आत जे जे रेकॉर्ड झालं आहे, त्या गोष्टी आजदेखील आपल्याला त्रास देत आहेत, की मुक्त करत आहेत? ज्ञानाच्या साहाय्याने आपण जेव्हा या बोगद्यांमधून मार्गक्रमण करायला शिकाल, तो दिवस आपल्यासाठी संस्मरणीय ठरेल. हे नेमकं कसं घडेल, ते आपण पुढील उदाहरणाने समजून घेऊ या.

एक दुकानदार होता. त्याचं छोटंसं दुकान होतं. त्या दुकानावर त्याचा उदरनिर्वाह अतिशय चांगल्या प्रकारे होत असे. त्यामुळे तो त्याच्या कमाईवर अतिशय खुश होता. परंतु एके दिवशी त्याला समजतं, की त्याच्या दुकानासमोर एक सुपरमार्केट उघडणार आहे. ही बातमी ऐकून तो एकदम निराश होतो आणि मनात बडबड करू लागतो, 'समोर जर इतकं मोठं सुपरमार्केट बनलं, तर माझ्या या लहानशा दुकानात ग्राहक कसे येतील... माझा व्यवसायच ठप्प होईल... माझ्याच बाबतीत असं का होतं... आता माझं आणि माझ्या कुटुंबाचं काय होईल... मी कुणाचं काय वाईट केलं, म्हणून माझं असं नुकसान होतंय...' इत्यादी.

शेवटी अतिशय निराशाग्रस्त अवस्थेत तो दुकानदार त्याच्या गुरूंकडे गेला

आणि त्याने गुरूंना सर्व हकिकत सांगितली. 'आता मी काय करू?' असं त्याने गुरूंना विचारलं. त्यावर गुरू त्याला म्हणाले, 'तू दररोज सकाळी फिरायला जातो, तेव्हा काही वेळ दुकानासमोर उभा राहून त्याकडे प्रेमाने पाहा आणि त्याची क्षमा माग.'

हे ऐकून त्याला आश्चर्य वाटलं. त्याने गुरूंना विचारलं, 'मी माझ्या दुकानाची क्षमा का बरं मागू?' उत्तरादाखल गुरू म्हणाले, 'इतके दिवस ते दुकान तुला चांगली कमाई करून देत होतं. तुझं आणि तुझ्या कुटुंबाचं पालन-पोषण करत होतं. परंतु त्यासाठी तू त्याला कधीही धन्यवाद दिले नाहीस. म्हणून आता तुला त्या दुकानाची क्षमा मागायची आहे. त्यासाठी तू क्षमाप्रार्थी बनायला हवं. म्हणून गुरूंना साक्षी ठेवून 'कृपया मला क्षमा कर' असं म्हणून त्याची क्षमा माग.

त्यानंतर गुरू पुढे म्हणाले, 'इतकंच नव्हे, तर जे सुपरमार्केट बनत आहे, त्याचीदेखील क्षमा माग, की तुझ्याविषयी माझ्या मनात वाईट विचार आले... मी तुझा तिरस्कार केला... तुझ्याबद्दल वाईट चिंतलं... यासाठी मी क्षमाप्रार्थी आहे.' वास्तविक निर्जीव दुकानाची क्षमा मागण्याचं प्रयोजन त्याला त्यावेळी समजलं नव्हतं. परंतु तरीही गुर्वाज्ञा शिरसावंद्य मानून तो हे नियमितपणे करू लागला.

एक महिन्यानंतर तो गुरुजींकडे येऊन म्हणाला, 'गुरुजी, मी माझं दुकान बंद करत आहे.' गुरुजींनी त्याला विचारलं, 'का बरं? तू हे का करतोयस?' त्यावर दुकानदार खुशीत सांगू लागला, 'समोर जे सुपरमार्केट बनत आहे, ते मला चालवायला मिळालं आहे.' हे ऐकून गुरुजी अत्यंत प्रसन्न झाले. गुरुजींनी त्याला विचारलं, 'हा चमत्कार कसा घडला?' त्यावर तो म्हणाला, 'मी दररोज सकाळी फिरायला जात होतो तेव्हा तुम्ही सांगितल्याप्रमाणे दुकान आणि सुपरमार्केट या दोघांची क्षमा मागत असे. आणि त्यांना धन्यवाददेखील देत असे. त्यावेळी त्या सुपरमार्केटचा मालकदेखील फिरायला येत असे. येता-जाता माझी आणि त्याची मैत्री जमली. गप्पा चालू असताना एके दिवशी त्याने सहज मला विचारलं, 'तुम्ही अशा प्रकारे क्षमा का मागता?' त्यावर मी त्याला सर्व हकिकत सांगितली. त्याला या सर्व गोष्टी खूपच आवडल्या आणि तो मला म्हणाला, 'तुमचा नम्रपणा, प्रामाणिकपणा आणि कामाचा अनुभव पाहून मी हे सुपरमार्केट तुम्हाला चालवायला देत आहे.'

ही आहे क्षमेची किमया! धुळीतून फूल बनवण्याची जादू! तो दुकानदार जर

तिरस्काररूपी धुळीने माखला गेला असता, त्याचं आचरण शुद्ध राहिलं नसतं तर त्या दोघांमध्ये मैत्री कशी झाली असती? मात्र, क्षमारूपी फुलांनी त्याचे विचार शुद्ध बनले, तो अतिशय नम्र आणि सकारात्मकता आकृष्ट करणारा चुंबक बनला. त्यामुळेच त्याच्या जीवनात त्याला ही संधी लाभली.

मनुष्याला जर सत्याचं ज्ञान प्राप्त झालं आणि त्याच्याकडे समज व विवेक असेल तर तो प्रत्येक बोगद्यातून वाटचाल करत असताना ज्ञानाचा यथोचित उपयोग करेल. इतकंच नव्हे, तर आपलं जीवन अधिकाधिक सुकर बनवण्यासाठी ज्ञानाचा पूर्ण लाभ घेईल. मग या ज्ञानाच्या साहाय्याने पृथ्वीलक्ष्य प्राप्त करेल. अन्यथा गुहेमध्ये, बोगद्यांमध्येच गुरफटून जाईल.

खंड 2
सुखी जीवनाचे आठ पासवर्ड

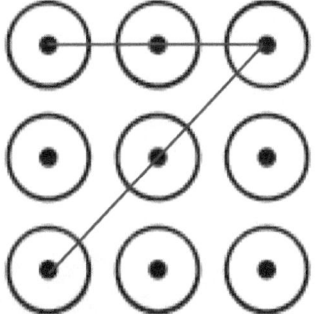

अध्याय ४
सुखी जीवनाचा पहिला पासवर्ड

दु:खमुक्तीच्या यात्रेदरम्यान आपण जेव्हा पहिल्या बोगद्यातून वाटचाल करत होतो, तेव्हा त्या बोगद्यावर लिहिलं होतं, 'अशांती'. म्हणजेच आपण अशांतीच्या बोगद्यातून जात आहोत हे त्यावेळी आपल्याला माहीत नसतं. आपण मनात म्हणालात, 'मी अशांत आहे.' त्यासरशी ही बाब मेंदूरूपी रेकॉर्डिंग मशिनमध्ये रेकॉर्ड झाली.

आपण जेव्हा स्वतःसाठी अशी वाक्यं उच्चारतो किंवा मनात म्हणतो, 'मी खूप तणावग्रस्त आहे... अशांत आहे... रागात आहे... त्रस्त आहे... बोअर होत आहे... लोकांचा तिरस्कार करतोय... क्रोध येतोय...', तेव्हा आपण आपलं वास्तविक स्वरूप विसरून नकारात्मकतेत गुंततो. मात्र, त्यावेळी असं करण्याऐवजी आपण स्वतःला आठवण द्यायला हवी, की 'सत्य काय आहे आणि वास्तवात मी कोण आहे? वरील ज्या वाक्यांचा मी स्वतःसाठी उपयोग करतो, तीच माझी ओळख आहे, की मी काही वेगळाच आहे?' सुखी जीवनाचा हा पासवर्ड याच्याशीच संबंधित आहे.

'मी शरीर आहे.' ही मनुष्याची अगदी खोलवर रुजलेली आणि मूळ धारणा आहे. मनुष्य स्वतःला शरीर मानून, जीवनात येणाऱ्या सुख-दुःखाच्या खेळात गुरफटून दुःखी जीवन जगतो. परंतु जेव्हा दुःख अतिप्रमाणात वाढतं, तेव्हा त्याच्या मनात काही प्रश्न निर्माण होतात. जसं, 'अशा प्रकारे जीवन जगून एके दिवशी पृथ्वीवरून जायचंय

का? मी या पृथ्वीवर का आलो आहे? मी कोण आहे?' त्यानंतर त्याचा सत्याचा शोध सुरू होतो. दुःखामुळे या शोधाची सुरुवात होते. जे दुःख सत्याच्या मार्गावर अग्रेसर करते, ते दुःख दुःखच नव्हे. **हेच दुःख आपल्याला सुखी जीवनाच्या पासवर्डचं पहिलं वाक्य देतं. ते वाक्य आहे, 'मी कोण आहे'** आणि हाच सर्व मानवजातीसाठी सर्वांत 'पहिला पासवर्ड' आहे.

इतर कोणताही प्राणी स्वतःला हा प्रश्न विचारत नाही. कारण त्याला या प्रश्नाची आवश्यकताच भासत नाही आणि त्याला विचार करण्यासाठी बुद्धीही मिळालेली नाही. मात्र, जो मनुष्य विचारशील आहे, तोच हे समजू शकतो. 'मी अशांत आहे' असं जर तो म्हणत असेल, तर पासवर्डने त्याचं काम केलंच नाही. तो तर त्याच्याबाबत निरुपयोगी ठरला. याऐवजी 'मी शांत मनुष्य आहे, जो यावेळी अशांतीच्या बोगद्यातून मार्गक्रमण करत आहे' असं जर तो म्हणाला, तर रेकॉर्डिंग बदलली जाते. वास्तविक आपण नेहमी शांत असतो. परंतु अधूनमधून अशांतीचा भावनारूपी बोगदा येतो आणि त्यातून आपल्याला वाटचाल करावी लागते.

आपण जेव्हा आजारी असतो, तेव्हा आजारपणाच्या बोगद्यातून जात असताना म्हणतो, 'मी आजारी आहे.' वास्तविक अशा वेळी आपण म्हणायला हवं, 'मी निरोगी आहे, पुरळासारखा छोटासा आजार तर आलाय. चेहऱ्यावर पुरळ येत जात राहतात.' अन्यथा 'मी आजारी आहे, मी अस्वस्थ आहे', असं जितक्या वेळा उच्चारत राहाल, तितक्या वेळा आपण निसर्गाला असत्य सांगत असतो. मग निसर्गही आपल्या विश्वासानुसार त्याचं फळ आपल्याला प्रदान करतो.

दुःख आणि अशांती आल्यानंतर लोक स्वतःलादेखील विसरून जातात. अशा वेळी आपण जर स्वतःचं स्मरण ठेवलं तर, 'मी आनंद आहे, जो या वेळी दुःखाच्या छोट्याशा बोगद्यातून जात आहे' असं म्हणू शकाल. परिणामी आपली अनावश्यक दुःखापासून सुटका होईल आणि आपली वाटचाल सुखी जीवनाकडे सुरू होईल.

'मी खुश माणूस आहे.' हे आपण दुःखात असताना कधी म्हणालात का? नाही ना? परंतु आजपासून कमीत कमी स्वतःसाठी तरी सकारात्मक बोलायला सुरुवात करा. कारण दुःखानेच आपल्याला आपण कोण आहात याची आठवण करून दिली. त्यामुळे दुःखाला दुःख समजू नका. दुःख तर रिमाइंडर आहे... फीडबॅक आहे... ईश्वराची हाक आहे... परंतु मनुष्य दुःखाला दुःख संबोधून ते काळ्याबाजारात विकत घेऊन त्याला

अधिक तीव्र बनवतो. ब्लॅकने खरेदी करतो म्हणजेच दुःखद घटना नसतानाही दुःख करत राहतो. त्यामुळे आपल्या मनात त्याची रेकॉर्डिंग तयार होते. त्यामुळेच आपली कार डोंगरावर न जाता परत खाली येते. आपण चेतनेच्या सातव्या स्तरापर्यंत पोहोचू शकत नाही.

हे दुःखरूपी कुलूप योग्य पासवर्डच्या साहाय्याने उघडायला शिकलात तर आपल्यासाठी सुखी जीवनाचा मार्ग खुला होईल.

अध्याय ५

दुःख आहे सुखाचा संकेत

एक दुःखी मनुष्य पृथ्वीवरून जाता जाता आपली छाप सोडून गेला. तो कबरीमध्ये पहुडला होता आणि लोक त्याच्याविषयी बोलत होते–'बिचारा, या माणसाने त्याच्या नातेवाइकांसाठी जीवाचं पाणी पाणी केलं. पण त्याला कुणीही समजू शकलं नाही.'

त्या माणसाला नेहमी हे ऐकण्याची इच्छा होती, की 'मला कुणीही चुकीचं समजू नये, मी किती चांगला आहे, मी सर्वांसाठी काय काय नाही केलं, पण मला कुणीही समजून घेतलं नाही.' परंतु वास्तव अगदी याच्या विरुद्ध होतं. लोकांनी त्याला समजून घेतलं नाही. कारण तो कधी स्वतःलाच समजू शकला नाही. आता जो माणूस स्वतःलाच समजू शकला नाही, तो लोकांनी त्याला समजून घ्यावं, हा अट्टहास कसा करू शकतो? ही आशा तो कशी काय बाळगू शकतो?

या पुस्तकात सुरुवातीला आपल्याला दोन वाक्यं दिली आहेत. त्यातील एका वाक्याची निवड तुम्हाला करायला सांगितलं होतं.

पहिलं वाक्य   –   'मला कोणी चुकीचं समजू नये.'

दुसरं वाक्य   –   'मला बंधनातून, दुःखी जीवनातून मुक्ती मिळो, संपूर्ण स्वातंत्र्य मिळो.'

बहुसंख्य लोक पहिल्या वाक्याची निवड करतात. लोकांनी त्याला चुकीचं समजू नये, हीच मनुष्याची इच्छा असते. परंतु त्याची ही इच्छा त्याला कुठे घेऊन जाते, हे पुढील उदाहरणाद्वारे समजून घेऊ या.

एका गावात एक कबरस्थान होतं. ते एकूण चार भागात विभागलं गेलं होतं. एखाद्या माणसाचा देहान्त झाल्यानंतर त्याचं या चार भागांपैकी एका भागात दफन केलं जात असे.

पहिला भाग अशा लोकांसाठी आहे, जे लोक 'माझंच बरोबर आहे' असं म्हणतात आणि आपलं उर्वरित आयुष्य हेच सिद्ध करण्यात व्यतीत करतात.

अशा लोकांच्या कबरीवर खालील वाक्य लिहिलेलं होतं-

इथे अशा मनुष्याला दफन करण्यात आलं आहे, जो नेहमी योग्य असे, परंतु तो नेहमी दुःखी असायचा.

दुसऱ्या भागातील लोकांच्या कबरींवर लिहिलं होतं, 'इथे अशा माणसाला दफन केलं आहे, जो कधीही चुकीचा नसे, परंतु तो नेहमी खुश असायचा.' हा माणूस कमीत कमी पहिल्या भागातील लोकांच्या तुलनेत चांगला होता. या प्रकारातील लोक जेव्हा गाणी म्हणत असत, तेव्हा इतर लोक त्यांची अवहेलना करत. परंतु ते त्याची अजिबात पर्वा करत नसत. ते आनंदातच जगले आणि मृत्यूलाही आनंदाने सामोरं गेले.

तिसऱ्या भागातील लोकांच्या कबरींवर लिहिलं होतं, 'हे लोक योग्य होते. कारण ते नेहमी इतरांना योग्य मानत असत.

कित्येक लोकांनी अनेक गोष्टी योग्य मानल्या होत्या. मात्र ते स्वतः तिसऱ्या प्रकारातील लोक आहेत, असं त्यांना वाटत असे. परंतु जेव्हा त्यांचा मृत्यू झाला, तेव्हा त्यांची कबर त्यांना दुसऱ्या भागात आढळली. ते योग्य आहेत हे सिद्ध होईल, अशी कितीतरी प्रमाणपत्रं त्यावेळी त्यांच्याकडे होती. परंतु कबरी प्रमाणपत्रांच्या नव्हे, तर कर्मांच्या आधारावर बनत असतात.

चौथ्या भागातील कबरींवर लिहिलं होतं, 'इथे अशा मनोशरीर यंत्राला दफन करण्यात आलं आहे, ज्याच्याद्वारे ईश्वराने स्वतःला व्यक्त केलं. लक्षात घ्या, इथे मनुष्य नव्हे, तर 'मनोशरीर यंत्र' (देह) म्हटलं गेलं. याचाच अर्थ, ज्याने 'मी कोण आहे' हे

जाणलं, तो लोककल्याणार्थ जीवन जगला. त्यांनी जिवंतपणीच समाधी-अवस्था प्राप्त केली, त्यांना परमज्ञान प्राप्त झालं होतं, केवळ असेच लोक या अवस्थेप्रत पोहोचतात.

लोकांनी तुम्हाला समजून घेण्यापूर्वी प्रथम तुम्ही स्वतःला समजून घ्यायला हवं. याचाच अर्थ, 'मी कोण आहे?' हे पहिल्या पासवर्डचं जे वाक्य आहे, ते सखोलपणे समजून घ्यायला हवं.

समजा, तुम्ही तुमच्या गाडीने एखाद्या ठिकाणी जात आहात आणि गाडीतील पेट्रोल संपत आलं आहे. अशा वेळी फ्युएल पॉइंटर गाडीत पेट्रोल भरण्याची वेळ आली असल्याचा संकेत तुम्हाला देते. तेव्हा तुम्ही दुःखी होता का? नाही ना! उलट तुम्ही आनंदाने पेट्रोल भरता. त्याचबरोबर गाडी पेट्रोल संपत आल्याचा संकेत देत आहे म्हणजेच ती गाडी व्यवस्थितपणे काम करत आहे, ही समजदेखील बाळगता. परंतु तुम्ही जर या संकेताकडे दुर्लक्ष केलं, तर गाडी पुढे जाणार नाही.

अशाच प्रकारे जीवनात दुःख येताच स्वतःची आठवण करा, स्वतःला ओळखा, वास्तव जाणा. वास्तव हे आहे, की तुम्ही खुशी आहात, आनंद आहात. परंतु सध्या दुःखाच्या छोट्या बोगद्यातून जात आहात. हे वास्तव जर तुमच्या लक्षात असेल, तर तुम्ही या बोगद्यातदेखील आनंदाने गाणे म्हणत राहाल. परंतु याची आठवण नसेल, तर दुःखद गाणे गात राहाल, 'ज़िंदगी का सफर है ये कैसा सफर, कोई समझा नहीं, कोई जाना नहीं.' अर्थात, ही सफर तुमच्यासाठी सफरिंग (दुःखदायक) ठरेल.

तुम्ही जे काही बोलता अथवा जो विचार करता, निसर्ग त्याला तुमचा आदेश समजून तो पूर्ण करण्यासाठी तत्परतेने कार्य करू लागतो. हे वास्तव जाणत असाल, तर तुम्ही जे काही बोलाल अथवा जसा विचार कराल ते पूर्णतः विचारपूर्वक बोला. कारण तुमच्या वाणीद्वारे उच्चारलं गेलेलं अथवा वैचारिक स्तरावर व्यक्त केलेलं प्रत्येक नकारात्मक विधान तुमच्यावरच लागू व्हावं, असं तुम्हाला कधीही वाटणार नाही. म्हणून तुम्ही नकारात्मक वाक्यांऐवजी नेहमी सकारात्मक वाक्यं उच्चारत राहा. तुम्हाला पहिला 'पासवर्ड' उमगला असेल, पूर्णपणे समजला असेल, तर तुमच्या जीवनात प्रेम, आनंद आणि शांती उत्तरोत्तर वृद्धिंगत व्हायला सुरुवात झाली आहे, हे नक्की.

मात्र त्यासाठी दुःख, आजार वा अन्य काही त्रासदायक घटनांमध्ये हे आठवणं अतिशय महत्त्वपूर्ण आहे, 'मी निरोगी आहे… शरीरावर एक छोटंसं पुरळ आलं आहे…

अस्वस्थ वाटत आहे.' अशा वेळी तुम्हाला याची आठवण झाली, तर अस्वस्थता किंवा दुःखाचा बोगदा पार झाला आहे. तुम्ही प्रत्येक भावनिक बोगद्यातून बाहेर अगदी खुल्या आकाशाखाली आला आहात, हे दिसून येईल. यानंतर तुम्हाला पुन्हा एखादा बोगदा दिसला तर तुमच्या चेहऱ्यावर हास्य प्रकटेल, आनंद विलसेल. कारण आता तुम्हाला माहीत आहे, 'वास्तवात मी जो आहे, तो अशांती, आजार, त्रास इत्यादी नावांनी संबोधल्या जाणाऱ्या बोगद्यातून मार्गक्रमण करत आहे.' त्यानंतरही जीवनात असे लहानमोठे बोगदे येत राहतील. परंतु तुम्हाला तुमच्या वास्तव स्वरूपाचा विसर पडला नाही, तर तुम्ही सदैव आनंदी राहू शकाल.

तुम्हाला जिथे 'दुःख' असं लिहिलं आहे, असा बोगदा दिसेल, तेव्हा समजायला हवं, 'अरे! हा तर आनंदाची आठवण करून देण्यासाठी आलेला आहे. याचाच अर्थ, दुःखद भावना उफाळून येताच समजायला हवं, खरंतर ही आनंदी होण्याची वेळ आहे.' अशा वेळी दृढतेअभावी जरी तुम्ही आनंद-गीत गाऊ शकला नाही, तरी किमान स्वतःला आठवण करून द्या, की 'यावेळी मला नकारात्मक विचार करायचे नाहीत.'

अध्याय ६

निसर्गाला आपला पक्ष सांगा

तुम्ही संतप्त होता, तेव्हा काय करता बरं? तुम्ही केवळ रागावता, की रागावर राग व्यक्त करता? 'क्रोध करणं समजू शकतं. परंतु क्रोधावर क्रोध करणं म्हणजे नेमकं काय असतं...?' हेच आता आपण जाणून घेऊ या.

समजा, तुम्हाला एखाद्याने सांगितलं, की 'तुमचा मुलगा नापास झाला आहे' तर तुम्हाला कशाचंही भान राहत नाही आणि त्याचं प्रगती-पुस्तक न पाहता, मुलाचं काहीही ऐकून न घेता तुम्ही त्याच्यावर संतापता. काही वेळाने रागाचा पारा कमी झाल्यानंतर तुम्हाला मुलाचं प्रगती-पुस्तक पाहण्याची आठवण होते. प्रगती-पुस्तक पाहिल्यानंतर तुम्हाला समजतं, की तुमचा मुलगा मेरिटमध्ये आलाय.

आता तुमचा क्रोध परिवर्तित होतो, तो करुणा आणि अपराधबोधात. 'मी निष्कारण लेकराला अद्वातद्वा बोललो... याने तर माझ्या अपेक्षेपेक्षाही चांगले गुण मिळवले आहेत... मी त्याच्यावर इतका रागावलो, तरी तो गप्प बसून ऐकत होता...' काही वेळ तुमच्या मनात असे पश्चात्तापदग्ध विचार तरळून जातील. मनात हळहळ व्यक्त केल्यानंतर तुम्हाला पुन्हा राग येतो. परंतु हा राग मुलावर नसतो, तर स्वतःच्या मूर्खपणावर आणि थोडाही विवेक न बाळगता एकदम संताप व्यक्त करण्याच्या सवयीवर असतो. हेच आहे क्रोधावर क्रोध करणं.

हे तर अगदी छोटंसं उदाहरण होतं. अशी अनेक उदाहरणं सांगता येतील, जेव्हा तुम्ही संयम गमावून क्रोधाग्नीत जळत राहता. मग संतुलन प्राप्त झाल्यावर तुम्हाला तुमच्या रागाचाच राग येतो, की 'मी माझ्या रागावर का बरं नियंत्रण राखू शकत नाही?'

यासाठी तुम्हाला तुमच्या क्रोधाशी झगडायचंही नाही आणि क्रोधावर क्रोधही करायचा नाही. अशा प्रकारे बहुसंख्य लोक दुहेरी क्रोधाला बळी पडतात. एक तर क्रोध येतो आणि त्यानंतर क्रोधावर क्रोध म्हणजेच 'मला राग का येतो, मी यावर नियंत्रण का ठेवू शकत नाही, या रागाने तर माझ्या जीवनाचा सत्यानाश झाला किंवा मी पश्चात्ताप करण्यात माझं जीवन व्यर्थ का गमावलं?' अशा प्रकारे क्रोधावर क्रोध, दुःखाचं दुःख आणि पश्चात्तापाचा पश्चात्ताप या दुष्टचक्रातून मनुष्य बाहेर पडूच शकत नाही. या दुष्टचक्रातून बाहेर पडण्यासाठी काय करायला हवं, हे आता आपण जाणून घेऊ या.

राग येताच मनुष्याचं मन त्वरित घोषणा करतं, 'मी खूप रागात आहे.' वास्तविक तुम्ही जेव्हा रागात असता, तेव्हा रागाच्या लहानशा बोगद्यातून तुमचं मार्गक्रमण चालू असतं. खरंतर तुम्ही एक प्रेममय माणूस आहात. परंतु 'मी रागीट आहे' असं म्हणताच आपल्या आत जे असत्याचं रेकॉर्डिंग होतं, त्याने तुमचं भविष्य तयार होऊ लागतं. मात्र, वास्तव हे आहे, की तुम्ही 'प्रेम' आहात, प्रेमाच्या पक्षात आहात, सदैव प्रेम आहात. बोगदा कोणताही असो, तुम्हाला 'मी कोण आहे आणि कोणत्या पक्षात आहे' हे आठवणं महत्त्वाचं आहे.

समजा, तुमचं एखाद्या मित्राशी वैमनस्य निर्माण झालं आणि तो तुमच्या घराबाहेर त्याच्या पक्षाचा झेंडा लावून गेला. तो झेंडा पाहून त्या पक्षाचा एक सदस्य तुमच्या घरी येतो. तुम्ही त्याच्याबरोबर चहापान करता आणि त्याला सांगता, 'माझा मित्र माझ्या घराबाहेर त्याच्या पक्षाचा झेंडा लावून गेला आहे. परंतु मी त्या पक्षाचा नाही.'

तुम्ही त्या पक्षाचे नसाल, तर त्वरित स्वतःचा पक्ष घोषित करा. तुम्ही रागाच्या पक्षात नसाल, तर लगेच स्वतःला सांगा, 'मी क्रोधाच्या नव्हे, तर प्रेम, आनंद आणि मौन यांच्या पक्षात आहे.' याने तुमची भावना बदलेल आणि क्रोधावर क्रोधही येणार नाही.

इथे मित्र कुणाला म्हटलं गेलंय, हे तुम्हाला वरील उदाहणावरून समजलंच असेल.

तुमचा मित्र आहे, तुमचं शरीर. पक्षाचा झेंडा लावणं म्हणजे एखादी संवेदना निर्माण होण्याचं प्रतीक. दुसरा सदस्य घरी येणं याचा अर्थ, दुहेरी भावना चिकटणं-जसं, क्रोधावर क्रोध. दुःखाचं दुःख आणि पश्चात्तापावर पश्चात्ताप करणं इत्यादी. दुसऱ्या पक्षातील सदस्याचं आदरातिथ्य करणं म्हणजे नकारात्मक भावनांमध्ये राहणं. पुनःपुन्हा तेच ते नकारात्मक विचार करून स्वतःच उद्विग्न होत राहणं.

ज्या ज्या वेळी तुम्ही निराशेने ग्रासून जाल आणि त्यातून बाहेर पडण्याचे तुमचे सर्व प्रयत्न फोल ठरतील त्या त्या वेळी स्वतःला सांगा, 'मी आशावादी मनुष्य आहे, जो आता निराशेच्या बोगद्यातून वाटचाल करत आहे. मी आशेच्या पक्षात आहे.' इथे स्वतःला आणि निसर्गाला आपला पक्ष सांगणं अतिशय गरजेचं आहे. तुम्ही निसर्गाला तुमचा पक्ष सांगताच, ते पूर्ण करण्याचं कार्य निसर्ग सुरू करतो. मग तुमची नकारात्मक भावना आश्चर्यकारकरीत्या बदलून जाते. आता या सकारात्मक भावनिक परिवर्तनानंतर तुम्ही निसर्गाकडे नवीन काही मागा.

अध्याय ७
निसर्गाची सर्जनशीलता

निसर्ग एखादी गोष्ट कशी निर्माण करतो, हे पाहणं म्हणजे एक आश्चर्यच आहे. लोक परस्परांकडे कसे आकर्षित होतात, यावर तुम्ही कधी विचार केला आहे का? मुलगा-मुलगी, बॉस-कर्मचारी, मालक-नोकर, सासू-सून इत्यादी एकमेकांच्या जीवनात कसे येतात?

लोक अजाणतेपणी त्यांना नको असलेले लोक त्यांच्या जीवनात आकर्षित करतात. 'मला अशी सासू आवडत नाही, मला असा पती मिळू नये, माझा बॉस खडूस नसावा' अशाच पद्धतीचे विचार बहुतेक वेळा लोक करतात. त्यांच्या बोलण्यात सदैव 'नाही, नको, नसावा' अशा प्रकारचे नकारात्मक शब्द असतात. अशी वाक्यं लोक पुनःपुन्हा उच्चारत राहतात आणि त्यांच्या जीवनात त्यांना नको असलेले लोक आकर्षित करतात. पण आपल्याकडून असं घडू नये म्हणून आपण नेहमी आपल्याला 'काय हवंय' यावर भर द्यावा.

लोकांना वाटतं, 'माझ्याच बाबतीत असं घडतं... माझ्याच वाट्याला असे लोक का येतात?' पण लोकच अजाणतेपणी निसर्गाला चुकीचा आदेश देत राहतात. म्हणून आपल्याला जे हवंय, केवळ तेच निसर्गाला सांगण्याचा संकल्प आजपासून करायला हवा. आपल्याला 'काय हवंय' हे सदैव लक्षात ठेवायला हवं. कारण त्याद्वारेच जीवनात आपल्याला हव्या असलेल्या गोष्टी आकृष्ट होतील.

आई तिच्या मुलीला म्हणते, 'तू अगदी मूर्ख आहेस. तुझं लग्न एखाद्या हुशार मुलाशी झालं तरच तुझ्या प्रपंचाची गाडी व्यवस्थित चालेल.' मुलगी बालपणापासूनच आईचं अशा प्रकारचं वक्तव्य ऐकत असते. परिणामी ती मुलगीदेखील हे विधान खरं मानू लागते. तिच्या मनातही 'मला पतीच्या रूपात हुशार मुलगा मिळायला हवा' हा विचार रुजू लागतो. त्याचप्रमाणे दुसरीकडे एक मुलगा आहे, त्याला लग्न करायचं आहे आणि त्याच्या मनात विचार चालत राहतात, 'मी तर इतका हुशार आहे, पण माझ्या गळ्यात पत्नीच्या रूपात एखादी बावळट मुलगी पडू नये.' परिणामी त्या मुलीला तिच्या मनासारखा हुशार मुलगा मिळतो. परंतु तो लग्न करू इच्छिणारा मुलगा त्याला जे नकोय तेच पुनःपुन्हा उच्चारत होता, त्यावरच लक्ष केंद्रित करत होता. त्यामुळे तो बुद्धिहीन मुलगीच आकर्षित करतो. अशा रीतीने दोघांची प्रार्थना साकार होते.

विश्वात सर्वांच्या प्रार्थना पूर्ण होत असल्यानेच लोक एकमेकांच्या संपर्कात येत असतात. परंतु हे सर्व अजाणतेपणी आणि बेहोशीत घडत असतं. म्हणून ज्या ज्या वेळी आपण सजग असतो, जागृत असतो, त्यावेळी तरी किमान सकारात्मक विचार बाळगण्याची सुरुवात करायला हवी.

मनुष्य जेव्हा स्वतःला शरीर मानून जगू लागतो, तेव्हा त्याचा दृष्टिकोन संकुचित होतो. तो स्वतःच्या बाबतीत चुकीच्या धारणा निर्माण करू लागतो. जसं, 'मी वाईट आहे... दुःखी आहे... निराश आहे...' इत्यादी. शिवाय मनुष्याला योग्य समज प्राप्त न झाल्यामुळे तो अशा गोष्टीत गुरफटून जातो. परंतु यापुढे तरी आपण अशी चूक करू नये. कारण आता आपल्याला असा 'पासवर्ड' मिळाला आहे, जो आपल्या आयुष्याचं प्रत्येक कुलूप उघडू शकतो. हा पासवर्ड आपण समजून घेतला, त्यावर मनन केलं, तो आपल्या जीवनात उतरवला, तर प्रत्येक धारणेतून तसेच प्रत्येक लेबलपासून तुम्ही मुक्त झाल्याचं आढळेल. 'मी शरीर नाही, तर त्याही पलीकडे असीम आहे' याबद्दलची दृढता वाढेल, तेव्हाच आपण प्रत्येक दुःखातून बाहेर याल.

आपला शर्ट फाटतो, तेव्हा आपण 'मी फाटलो' असं कधीही म्हणत नाही. कारण हा शर्ट मी नाही, हे आपण जाणतो. तद्वतच आपण शरीर परिधान केलं आहे. मात्र, आपण शरीर नाहीच. परंतु तरी शरीर आजारी असताना मनुष्य म्हणतो, 'मी आजारी आहे.' फलस्वरूप चुकीच्या धारणेनुसार अयोग्य परिणाम प्राप्त होतात. आपल्या जीवनात अशा प्रकारचे नकारात्मक परिणाम येऊ नयेत यासाठी पहिली

कार्ययोजना आहे- आजपासून अशी नकारात्मक वाक्यं उच्चारणं बंद करा, 'मी गरीब, सुस्त, आजारी, अशांत, क्रोधी आहे...'

ज्या ज्या वेळी आपल्यात एखादी भावना उफाळून येईल, त्यावेळी प्रथम शांत व्हा. कोणतंही लेबल लावू नका किंवा ही भावना कायमस्वरूपी राहणार आहे, असंही समजू नका. त्याऐवजी सकारात्मक वाक्यं उच्चारायला सुरुवात करा. असं केल्याने उफाळून आलेली भावना कमकुवत होऊ लागेल आणि आपण त्यातून बाहेर याल. अन्यथा लोक भावनांमध्ये वाहवत जाऊन चिडचिड करू लागतात. व्यसनात गुरफटतात अथवा गैरकृत्य करू लागतात. मद्यपान करून लोकांशी भांडणतंटा करू लागतात आणि नातेसंबंध बिघडवून टाकतात. इतकं की पति-पत्नींमधील वादाचं पर्यवसान घटस्फोटात होतं. कारण ते त्यांच्या भावनांवर नियंत्रण राखू शकत नाहीत. त्याची भावना त्याला कोणता संकेत देत आहे, हेच मनुष्याला समजत नाही. भावना समजून घेण्याचं प्रशिक्षण आजतागायत कुणी दिलेलं नाही. म्हणून भावनांवर ताबा मिळवणं माणसासाठी कठीण बनलंय.

मात्र, आता तुम्हाला याचं प्रशिक्षण मिळत आहे. आपल्या भावना वाचायला म्हणजेच त्या समजून घ्यायला शिकवलं जात आहे. हे प्रशिक्षण प्राप्त करून आपण सर्वोच्च अभिव्यक्तीसाठी तयार व्हाल.

पहिल्या पासवर्डच्या माध्यमातून मिळालेली कार्ययोजना समजून त्यानुसार कार्यरत झाला, तर आधी ज्या विचारांनी दुःखी वा व्यथित होत होता, अशा सर्व विचारांपासून तुम्ही मुक्त व्हाल. अन्यथा विचार आणि त्यामागे दडलेल्या भावना नकारात्मक असतील तर त्यामुळे होणाऱ्या वेदना, त्यावर तुमच्याकडून भाव, विचार, वाणी आणि क्रिया यांद्वारे होणारी प्रतिक्रिया तुम्हाला लक्ष्यापासून विचलित करतील. म्हणून भावनांचं प्रशिक्षण घेऊन पुढे जाणं श्रेयस्कर.

आपले विचार सुंदर, स्वस्थ आणि समृद्ध बनवा

माणसानं सुंदर, सडपातळ, समृद्ध आणि निरोगी बनायला हवं, अशा आशयाच्या बऱ्याच जाहिराती टीव्हीवर दाखवल्या जातात. बहुसंख्य जाहिरातींमध्ये वेगवेगळ्या प्रकारे हेच सांगण्याचा प्रयत्न केला जातो. परंतु माणसाचे विचार सूक्ष्म, स्वस्थ आणि समृद्ध कसे बनवले जाऊ शकतात, याविषयीच्या जाहिराती दाखवल्या जात नाहीत.

लोकांचे विचार जेव्हा रोगी बनण्याऐवजी निरोगी बनू लागतील, तेव्हा तेही आपोआपच सुंदर आणि समृद्ध बनू लागतील. म्हणून ईर्षा, क्रोध, घृणा, दुःख यांनी ग्रासलेले कुरूप विचार जे पुष्ट बनले आहेत, ते प्रत्येकाने लवचिक करायला हवेत. त्यांना सुंदर बनवण्यासाठी प्रेम, आनंद आणि मौनरूपी क्रीमचा वापर करायला हवा.

जाहिराती पाहून 'आपणही सुंदर दिसावं, ही लालसा लोकांच्या मनात निर्माण होते. मग ते सुंदर दिसण्यासाठी बराचसा वेळ आणि पैसा खर्च करतात. परंतु विचार कसे सुंदर बनवता येतील, यासाठी लोक अजिबात खर्च करत नाहीत. कारण विचारांच्या सुंदरतेचं महत्त्व त्यांना माहीत नसतं. म्हणूनच आपण विचारांवर कार्य करून ते सुंदर, निरोगी आणि समृद्ध बनवायला हवेत. केवळ इतकं केलं तरी इतर सर्व गोष्टी आपोआप सुरळीत होतील. कुरूप, अशुद्ध विचार आपल्या पुढील मार्गक्रमणातही अडथळा बनतील. मात्र, सुंदर विचारांनी तुमच्या जीवनाला सौंदर्य लाभेल. मग तुमचं जीवन- समृद्धी, प्रेम, आनंद, उत्साह, संतोष आणि आरोग्य यांनी ओतप्रोत भरून जाईल.

अध्याय ८
सुखी जीवनाचा दुसरा पासवर्ड

मनुष्याच्या जीवनात काही लोक सकारात्मक भूमिका बजावतात, तर काही नकारात्मक. सकारात्मक लोकांकडून आपल्याला जीवन जगण्याची, पुढे मार्गक्रमण करण्याची प्रेरणा मिळते, तर नकारात्मक लोकांमुळे जीवन ओझं वाटू लागतं. आपण सीमित परिघाबाहेर येऊन विचारच करू शकत नाही, म्हणून असं घडतं. वास्तव हे आहे, की जीवनात जशी सकारात्मक भूमिका निभावणाऱ्या लोकांची आवश्यकता असते, तशीच नकारात्मक भूमिका बजावणाऱ्यांचीही आवश्यकता असते. वस्तुतः ज्यांच्याशी तुमचं वैमनस्य निर्माण झालं आहे किंवा जे लोक तुमच्या जीवनात नकारात्मक भूमिका साकारत आहेत, ते लोक तुमच्यातील अप्रकाशित पैलू प्रकाशात आणण्यासाठी निमित्त बनत आहेत. परंतु आपल्याला हे रहस्य माहीत नसल्यामुळे आपण दुःखद जीवन जगतो. सुखी जीवनाच्या पासवर्डचं दुसरं वाक्य हेच रहस्य प्रकट करतं.

सुखी जीवनाच्या पासवर्डचं दुसरं वाक्य आहे, '**कोण आहे तो/ती?**' म्हणजेच समोरचा कोण आहे? समोरचा जीवनातील असा भागीदार आहे, जो आपल्या जीवनात महत्त्वपूर्ण भूमिका साकारण्यासाठी आला आहे. तो आपल्या जीवनात सहयोगी (कॉन्ट्रिब्युटर) बनून आला आहे. तो आपला सहनिर्माता म्हणजेच को-क्रिएटर आहे. आपल्या जीवनात कोणी आपल्यासाठी नकारात्मक भूमिका बजावत असेल, तर तो आपला पृथ्वीवरील भागीदार आहे, असं समजायला हवं.

आपल्याला जर प्रेमाचं शिखर गाठण्याची इच्छा असेल, तर आपल्या जीवनात अशी व्यक्ती येते, जी आपल्यात तिरस्कार निर्माण करते. परंतु आपण तिचा अजिबात तिरस्कार करायचा नाही. कारण ती व्यक्ती तुमची दया आणि करुणा यासाठी पात्र आहे.

हा मुद्दा सविस्तर समजण्यासाठी आपण एक उदाहरण पाहू या. समजा, तुम्हाला क्रिकेट खेळण्याची इच्छा होते. त्यातही तुम्हाला प्रथम फलंदाजी करायची असते. त्यासाठी तुम्हाला एका गोलंदाजाची आवश्यकता असते. कारण कोणी गोलंदाजी केली, तरच तुम्ही फलंदाजी करू शकता. गोलंदाज नसेल, तर लोक त्याला शोधत राहतात. एकमेकांना विचारतात, 'तू माझ्यासाठी बॉलिंग करशील का?' अशाच प्रकारे 'मला साहसी बनायचंय, साहसाच्या बोगद्यातून जायचंय' अशी जर एखाद्याची इच्छा असेल, तर त्याच्या जीवनात तशी व्यक्ती येते, जी त्याला घाबरवते. त्यामुळेच त्याच्या अंगी साहस तयार होतं. तो निर्भय बनतो. हे तर असं झालं, की समोरचा तुम्हाला घाबरवून बॉलिंग करत आहे.

लहान मुलं खेळत असतात, त्यावेळी त्यांच्यासोबत बरेच मित्र असतात, असं दृश्य आपण नेहमी पाहतो. एकदा एका मुलाला क्रिकेट खेळायचं असतं. परंतु त्याला कोणीही मित्र नसतो. अशा वेळी तो त्याच्या वडिलांना विचारतो, 'बाबा, तुम्ही खेळाल का माझ्याबरोबर?' वडील मुलावरील प्रेमाखातर त्याच्यासोबत खेळायला संमती देतात. तेव्हा मुलगा म्हणतो, 'मी बॅटिंग करतो. तुम्ही बॉलिंग करा.' वडील बॉलिंग करण्याचं मान्य करतात.

त्याचप्रमाणे बुद्धिबळ हा खेळ एकटं कोणी खेळू शकत नाही. हे आपल्याला माहीत आहेच. हा खेळ खेळण्यासाठी आपल्याला किमान एक तरी प्रतिस्पर्धी आवश्यक असतो. एक चाल आपण चालतो, त्यानंतर समोरचा त्याची खेळी खेळतो. प्रत्येक चालीनंतर खेळ अधिकाधिक रोमांचकारी बनत जातो. आता या खेळातील तुमचा प्रतिस्पर्धी एखादी तिरकी चाल खेळला, तर त्याने तुम्ही व्यथित व्हाल का? अजिबात नाही! कारण तो तिरकी चाल खेळला, नवनव्या चाली खेळून, डोकं चालवून त्याने तुम्हाला शह दिला, तर खेळ अधिक रंगतदार होतो. मग तुम्हालाही खेळात मजा येते. तुमची खेळातील गोडी वाढते आणि तुम्ही नवनव्या युक्त्या लढवू लागता. अगदी अशाच प्रकारे तुमच्या जीवनरूपी बुद्धिबळाच्या खेळात तुमच्या विरोधात जर कोणी खेळत असेल, नवनव्या चाली खेळून तुम्हाला नेहमी शह, काटशह देत असेल, तर

अशा वेळी तुम्ही काय करता? तुम्ही दुःखीकष्टी होत असाल, त्रस्त होत असाल, तर तुम्हाला हा खेळ समजलाच नाही असा याचा अर्थ होईल. वास्तविक समोरचा मनुष्य तुमच्या जीवनात तुमचा सहनिर्माता, को-क्रिएटर बनून आला आहे. तो तुमच्यातील सुप्त गुण प्रकट करण्यासाठी तुमच्या खेळात बाधा निर्माण करेल. तुमच्यातील सद्गुण प्रकट करण्यासाठी तुमचा साहाय्यक बनेल. तुमच्या जीवनात जर अशी एखादी व्यक्ती असेल, तर निश्चितच ती तुम्हाला निर्मळ करण्यासाठी, शुद्ध करण्यासाठीच आली आहे असं समजा. वास्तविक या खेळात तुम्हाला विजय प्राप्त व्हावा, या उद्देशानेच सर्व व्यवस्था केली गेली आहे.

सामान्यतः प्रत्येकाच्या जीवनात नकारात्मक भूमिका साकारणारी एखादी तरी व्यक्ती असतेच. एखाद्याच्या जीवनात अशी एक व्यक्ती असेल, तर काहींच्या जीवनात अनेक लोक असतील. आपल्या जीवनात जे लोक नकारात्मक (निगेटिव्ह) भूमिका बजावत आहेत, ते केवळ तुमच्यावरील प्रेमामुळेच! अशी भूमिका करणारे लोक ही बाब विसरून गेले आहेत आणि तुम्हालाही हे रहस्य ठाऊक नाही. 'तो कोण आहे?' याची तुम्हाला आठवण करून देणं हेच 'दुसऱ्या पासवर्ड'चं कार्य आहे.

वडील मुलाबरोबर क्रिकेट खेळत असताना त्याला गुगली टाकतात, ते मुलाच्या प्रेमापोटीच. कारण मुलाने बॅटिंगमध्ये प्रावीण्य मिळवावं अशी वडिलांची इच्छा असते. वास्तविक पाहता वडील तर नकारात्मक भूमिका साकारून मुलाला तावूनसुलाखून काढण्याचं कार्य करत असतात. परंतु दोघंही याबाबतीत अनभिज्ञ असतात. अशा वेळी मुलगा वडिलांच्या वर्तणुकीने दुःखी आणि त्रस्त होतो. मग तो, 'माझ्याच बाबतीत असं का घडतं? मला आनंद कधी मिळेल? मला प्रेम कुठे मिळेल?' असे विचार करत राहील. परिणामी तो त्याच्या व्यथांचं परिमार्जन करण्यासाठी बाहेरच उपाय शोधत राहील.

वडील असोत वा मुलगा, हे दोघेही एका विशिष्ट उद्देशाने एकत्र आले आहेत. पति-पत्नी उभयता एकमेकांचे भागीदार आहेत. त्याचप्रमाणे बॉस आणि कर्मचारी, सासू आणि सून, हेदेखील एकमेकांचे भागीदार आहेत. असा हा गमतीशीर खेळ चालू आहे. एखाद्याला बॅटिंग करण्याची इच्छा होते, तेव्हा कुणीतरी बॉलिंग टाकण्यासाठी पुढे येतो, हा जीवनाचा नियम आहे. या नियमानुसार लोक एकत्र जोडले जातात.

'दुसरा पासवर्ड' पूर्णपणे समजून घेतल्यानंतरच आपण हे रहस्य जाणू शकाल.

त्यानंतर तुमच्या नातेसंबंधात मधुरता येईल. अन्यथा 'समोरचाच माझ्या दुःखाला कारणीभूत आहे,' ही लोकांची चुकीची कल्पना, धारणा असते. वास्तविक समोरचा जे काही करत आहे, ते तुमच्यावरील प्रेमापोटीच करत आहे, तो तुमचा भागीदार आहे.

तुमचा भागीदार तुमच्या जीवनात कोणती भूमिका बजावतो, हे आपण पुढील अध्यायात जाणू या.

अध्याय ९

भागीदाराकडून आपला धडा शिका

पहिल्या पासवर्डच्या साहाय्याने आपण स्वतःबरोबरचं नातं सुदृढ केलं. आता दुसऱ्या पासवर्डच्या मदतीने इतरांशी असणारी आपली नाती मधुर कशी होतील, हे समजून घेऊ या. वास्तविक पाहता आपल्या चुकीच्या धारणा आणि कल्पना यांमुळेच आपल्या नात्यांत मधुरता येऊ शकत नाही. यासाठी जो मनुष्य आपल्या जीवनात नकारात्मक भूमिका करत आहे, तो आपला भागीदार म्हणजेच को-क्रिएटर आहे, याविषयीची दृढता आपल्यात निर्माण होणं आवश्यक आहे.

हा भागीदार आपल्याला जे काही बोध देण्यासाठी आला आहे, ते आपण आत्मसात करायचे आहेत. त्याच्याकडे अशी महत्त्वपूर्ण वस्तू आहे, जी आपल्याला त्याच्याकडून हस्तगत करायची आहे. तो जे काही शिकवू इच्छित आहे, ते शिकण्याला आपण नकार देतो. पण जोपर्यंत आपण नकार देत राहाल, तोपर्यंत तो आपल्या दुःखाचं कारण बनत राहील. म्हणून नकार देणं बंद करा आणि त्याला होकार द्या. हे एक असं गुपित आहे, रहस्य आहे, ते जाणून त्याचा आपल्या जीवनात अंगीकार केला, तर समोरच्या मनुष्यात बदल घडेल आणि आपलं दुःखदेखील आपोआपच नष्ट होईल.

जोपर्यंत आपण त्याच्याकडून काही बोध घेत नाही, तोपर्यंत तो आपल्यासाठी दुःखद वातावरण तयार करत राहील. वास्तविक ही निसर्गाने आपल्यासाठी केलेली एक व्यवस्था आहे. त्या मनुष्याकडून आपले धडे शिकताच आपण त्याचा जीवनात स्वीकार

कराल आणि त्याच्यात बदल घडून येईल. आपल्या जीवनात त्याची इतकीच भूमिका होती. बस्स... मग त्यानंतर तुमच्याशी त्याचं असणारं नातं मधुर बनेल.

मात्र, जोपर्यंत आपण त्यांचा स्वीकार करत नाही, तोपर्यंत लोकांशी आपले नातेसंबंध दृढ होणार नाहीत. ते जे काही देऊ इच्छितात, ते आपण घेऊ इच्छित नाही. हेच त्यांच्या समस्येचं कारण आहे. एखादा आपल्यासाठी उपहार घेऊन आला आहे आणि आपण तो घेत नाही. अशा वेळी त्याला आपल्यामागे फिरत राहावं लागतं. जो मनुष्य काही लक्ष्य घेऊन पृथ्वीवर आला आहे, तो ते पूर्ण करण्यासाठी शक्य ते सर्व प्रयत्न करेल. अशा मनुष्याला तुमचा उपहार तुमच्याकडे सुपूर्द करून मुक्त व्हायचं असतं, आपलं पृथ्वीलक्ष्य पूर्ण करायचं असतं आणि आपण तर त्याच्यापासून दूर पळत राहता. अशा वेळी समस्या निर्माण होते.

आपण हे स्वीकार करताच हे दृश्य बदलून जाईल. त्या मनुष्यात बदल घडून येईल आणि त्याच्याशी असलेलं आपलं नातं मधुर होईल. यासाठीच आपण आपले बोध त्वरित घ्यायला हवेत. याने तुम्हाला शांती मिळेल आणि त्या मनुष्याचं लक्ष्यदेखील पूर्ण होईल. अशा प्रकारे दोघांचंही लक्ष्य साध्य होईल.

आपण आपल्या भूतकाळामध्ये डोकावल्यानंतर लक्षात येईल, की ज्यांच्याशी आपले संबंध चांगले नव्हते; परंतु आता ते चांगले झाले आहेत. यांतील काही लोक आपल्या जीवनातून गेले आहेत. परंतु ते आपल्याला जीवनाचे महत्त्वपूर्ण बोध देऊन गेले. जिथे संमती होती, स्वीकारभाव होता, तिथे नात्याला झळाळी मिळाली. जिथे आजदेखील काही समस्या जाणवत आहेत, तिथे असंमती आहे, अस्वीकार आहे... **समोरच्याने आपल्यातील बेस्ट झळाळून बाहेर येण्यासाठी त्याने त्याच्यातील वर्स्ट आणलेलं आहे.** दुसरा पासवर्ड आपल्याला हीच बाब लक्षात आणून देईल.

याचाच अर्थ, समोरचा आपल्याशी अयोग्य वर्तन करत असेल, तर ते केवळ आपल्याकडून सर्वोत्तम वर्तन होण्यासाठीच.

एका घटनेत आपली प्रतिक्रिया असते, 'बस्स! आता खूप झालं... मी त्याला सोडणार नाही... मी अमुक करेन... तमुक करेन...' पण तीच घटना आपल्याला तावून सुलाखून काढण्याची संधी बनून येते. अशा वेळी स्वतःला आठवण द्या- 'ही घटना मला शुद्ध करण्यासाठी आली आहे. समोरचा त्याची चाल खेळला आहे, त्याने त्याचे

पत्ते उघड केले आहेत, तर मीदेखील माझे प्रेम, आनंद आणि मौन यांच्या रूपातील पत्ते खेळेन. समोरचा मला नायक बनवण्यासाठी स्वतः खलनायक बनत आहे. माझ्यातील चांगुलपणा प्रकट होण्यासाठी तो स्वतः वाईट बनत आहे.' अन्यथा मनुष्यातील दिव्य गुण प्रकट करण्यासाठी कोणी त्याच्यासाठी संधी बनून आला आहे, हेच त्या मनुष्याला माहीत नसतं. दऱ्या जितक्या खोल असतात, तितकेच पर्वतदेखील उत्तुंग असतात.

काळ्या फळ्यावर पांढरं अक्षर अगदी स्पष्ट दिसतं, हे आपण पाहत आलो आहोत. खरंतर काळा पार्श्वभाग हा पांढरा रंग उठून दिसावा यासाठीच असतो. वाईटपणा हा चांगुलपणा प्रकट करण्याची एक संधी बनते. अंधार हा प्रकाश बाहेर आणण्यासाठीच येतो. तद्वत असत्य हे सत्य प्रकट करण्याचीच एक संधी असते.

क्रिकेटच्या खेळात **गोलंदाज जर वारंवार बाउन्सर टाकत असेल, तर ती फलंदाजासाठी षट्कार मारण्याची संधी असते.** अगदी अशाच प्रकारे जीवनदेखील नकारात्मक घटनांच्या रूपात आपल्याला बाउन्सर टाकत असतं. अशा वेळी आपण चांगला प्रतिसाद देऊन त्या बाउन्सरवर षट्कार ठोकायचा आहे. अर्थात, स्वतःतील गुण झळकवायचे आहेत.

ज्या खेळाडूला क्रिकेटमध्ये प्रावीण्य मिळवण्याची इच्छा असते, तो बाउन्सर पाहून घाबरून जात नाही. मैदानात तो जखमी होतो. प्रतिस्पर्धी संघातील खेळाडू त्याला टोमणे मारतात, तरीदेखील तो चौकार आणि षट्कार मारण्याच्या आवेशात खेळत राहतो. सर्वोत्तम खेळाचं प्रदर्शन करण्यासाठी तो सदैव सज्ज असतो. अशाच प्रकारे आपणदेखील आपल्यातील दिव्य गुणांना झळाळी आणण्यासाठी सदैव तत्पर राहायला हवं.

अध्याय १०

हिरे जतन करा कमतरता सांगू नका

आपल्या जीवनात जेव्हा एखादी दुःखद घटना घडते किंवा कोणी बाधा निर्माण करतो, तेव्हा आपण 'अमुक मनुष्य असा वागतो... त्याच्यामुळे माझं जीवन नरक बनलं आहे... तो हेतुपुरस्सर माझ्या मार्गात अडथळे निर्माण करत आहे...' असं म्हणतो. परंतु अशा प्रकारे नकारात्मक विचार करण्याऐवजी ती घटना अथवा त्या मनुष्याकडून आपण आपला धडा शिकायचा आहे. ती घटना अथवा तो मनुष्य मला शुद्ध, पवित्र करण्यासाठीच आला आहे, हे स्वतःला सांगायचं आहे.

जीवन साप-शिडीचा खेळ आहे. जो या खेळात निपुण होतो, त्याला पराजयाची भीती वाटत नाही. मनुष्याच्या जीवनातही अनेक अडचणीरूपी साप, समस्या येतात. तेव्हा सामान्य मनुष्यदेखील शिडी सहजपणे चढून जातो. परंतु **जो मनुष्य सापालादेखील शिडी बनवून पुढे जातो, त्यालाच विजेता म्हटलं जातं, त्यालाच यशस्वी ठरवलं जातं.**

जिंकण्याची आस असणारा मनुष्य आपलं लक्ष्य कधीही नजरेसमोरून ढळू देत नाही. कितीही खडतर अडचणी आल्या तरीदेखील तो याबद्दल कोणतीही तक्रार करत नाही वा इतरांवर दोषारोपही करत नाही. त्याचं लक्ष सदैव त्याच्या ध्येयावर केंद्रित असतं. असा मनुष्य प्रगती करत राहतो. तो प्रत्येक अडथळा पार करत आपलं ध्येय गाठतो. अन्यथा काही लोक केवळ तक्रारी आणि दोषारोप करण्यातच गुंतलेले असतात.

सुखी जीवनाचे पासवर्ड

बहुसंख्य लोकांची मनोवृत्ती तक्रारी करण्याची असते. ते नाउमेद होऊन जीवन जगतात. अशा लोकांनी आपल्या अवतीभोवती पाहायला हवं. सकाळी उठल्यापासून रात्री झोपेपर्यंत ते सतत काही ना काही तक्रार करत असतात. झोपेतून उठताच त्यांची तक्रार सुरू होते, 'आज झोप खूपच कमी झाली.' त्यांच्या शब्दांमधून सदैव उणीवच प्रकट होत असते. अशा लोकांना जीवनात सर्वत्र न्यूनताच आढळते. सर्व काही भरपूर आहे, विपुल आहे, असं ते कधीही म्हणत नाहीत. त्यांच्या तोंडून असे शब्दच बाहेर पडत नाहीत.

'आज माझी झोप कमी झाली आणि काम करण्यासाठी वेळही खूपच कमी मिळाला... दूधवाल्याने दूधही कमी आणलं... कामवाल्या बाईने आज काम अपूर्ण केलं... लाइट गेली त्यामुळे पाणी पुरेसं गरम झालं नाही... शेजाऱ्याने आमच्या घरासमोर कचरा टाकला...' अशा प्रकारे सतत तक्रारी करण्याची सवय असणारे लोक दिवसाची सुरुवात अशी करतात. ऑफिस, घर, दुकान, शाळा, कॉलेज यांसारख्या ठिकाणी काही नकारात्मक घडताच हे लोक इतरांमध्ये दोष शोधू लागतात. ते आपल्या चुकांचं खापर नेहमी इतरांवर फोडतात. त्यांच्या समस्येबद्दल ते इतरांना जबाबदार धरतात.

अशा नकारात्मक विचारांमुळेच त्यांच्या जीवनात नेहमी नकारात्मक घटना आकर्षित होतात. म्हणून 'कमी आहे' म्हणण्याऐवजी 'जीवनात सर्वकाही भरपूर आहे, मी विपुलतेच्या पक्षात आहे. जितकी झोप झाली, तितकीच गरजेची होती,' असं म्हणायला हवं. कारण शरीराच्या गरजा सतत बदलत असतात. शरीराला कधी कमी तर कधी जास्त झोपेची आवश्यकता असते. परंतु जितकी झोप होते, तितकी ती शरीरासाठी पुरेशी असते.

हे रहस्य समजल्यानंतर आणि ते अंगवळणी पडल्यानंतर आपल्या जीवनात आश्चर्यकारक परिवर्तन सुरू होईल. आपल्या जीवनात प्रेम, आनंद आणि मौन यांचं आगमन होईल. आपण जर एखादा दिवस अशा प्रकारे व्यतीत केला, तर असंही जीवन असू शकतं, याचं आपल्याला आश्चर्य वाटेल. त्यानंतर आपण म्हणाल, 'आजपर्यंत मला हे माहीतच नव्हतं. पण आता माहीत झालं आहे, तर अशा प्रकारेच जगायचं आहे. समजरूपी हिरा गवसला आहे, तर तो जतन करायचा आहे.'

ज्यांच्याकडे हिरे असतात, ते लोक हिऱ्यांचं मूल्य जाणत असतात. एखाद्या भिकाऱ्याने कधी रखवालदार ठेवलेला आपण पाहिला आहे का? ज्या लोकांना हिरे

लाभले आहेत, दौलत लाभली आहे, तेच लोक सजग राहून म्हणू शकतात, 'आता प्रेम, आनंद, मौन, संतुष्टी, आरोग्य, उत्साह या गुणरूपी हिऱ्यांच्या अनमोल खजिन्याची आम्ही कधीही चोरी होऊ देणार नाही. आता या खजिन्याच्या देखभालीसाठी आम्ही सजगतारूपी रखवालदार ठेवू. ही सजगता आता अव्याहत राहील. कारण मी प्रेम, आनंद आणि मौन, आरोग्य, संतोष, उत्साह यांच्याच पक्षात आहे.' ही विधानं जेव्हा आपण निरंतरपणे उच्चारत राहाल, तेव्हा ती अंतर्मनात पोहोचतील आणि आपलं जीवन तक्रारविरहित बनू शकेल.

अध्याय ११

सुखी जीवनाचा तिसरा पासवर्ड

'तिसऱ्या पासवर्ड'मध्ये आपण स्वतःला एक प्रश्न विचारायचा आहे, **'हा भ्रम आहे, तथ्य आहे, सत्य आहे की तेजसत्य (दिव्य सत्य, डिव्हाइन ट्रुथ) आहे? हाच आहे सुखी जीवनाचा तिसरा पासवर्ड.** योग्य प्रश्नांत उदंड शक्ती असते. जे लोक योग्य प्रश्न विचारतात, ते जीवनात सतत प्रगतिपथावर राहतात. इतकंच नव्हे, तर ते दुःखी जीवनापासून मुक्तीदेखील प्राप्त करतात.

भ्रम, तथ्य, सत्य आणि तेजसत्य म्हणजे काय

भ्रम, तथ्य आणि सत्य या तिन्ही भिन्न बाबी आहेत. भ्रम, भासतो तर सत्यासारखा, पण सत्य नसतो. ही बाब पुढील उदाहरणाद्वारे स्पष्ट होईल. एक लांबसर आणि सरळ काठी पाण्यात अर्धी बुडवल्यानंतर तिचा पाण्यात बुडालेला अर्धा भाग आपल्याला वाकडा दिसेल. परंतु प्रत्यक्षात ती काठी वाकडी नसते. जसं, अंधारात दोरीदेखील साप असल्याचा भ्रम निर्माण करते. खुंटीवर लटकलेला कोट पाहून भूत असल्याचा भास निर्माण होऊ शकतो.

'तथ्य'चा अर्थ आहे, वस्तुस्थिती (facts). तथ्य सिद्ध करण्यासाठी आपल्याकडे अनेक तर्क असतात, विविध अनुभव असतात. परंतु तरीदेखील प्रत्येक तथ्य हे सत्य असू शकेलच असं नाही. विज्ञानाचा परिचय नसलेल्या लोकांना जमिनीवरून

चालताना, फिरताना पृथ्वी गोल आहे, असं कधीही भासणार नाही. त्यांना तर पृथ्वी सरळ, समतल आहे आणि तेदेखील त्यावर सरळ उभे आहेत, असंच तथ्य भासेल. भारताच्या आजूबाजूच्या देशातील आणि भारताच्या खालच्या दिशेला असणाऱ्या देशातील लोकदेखील आम्ही सरळ उभे आहोत, असंच म्हणतील. कारण त्यांच्यासमोर तेच तथ्य आहे. त्यांच्या शरीरालादेखील तशीच जाणीव होते. परंतु वस्तुस्थिती वेगळीच आहे. वास्तविक गुरुत्वाकर्षण शक्तीमुळे पृथ्वीवर उलटा लटकलेला, वाकडा उभा राहिलेला मनुष्यदेखील स्वतःला सरळ उभा असल्याचं समजतो.

जसं, सूर्याच्या समोर ढग आल्यानंतर सूर्यास्त झाल्याचा भ्रम होतो. रात्री तर सूर्याचा अस्त झाला हाच भ्रम तथ्य बनतो. परंतु सत्य हे आहे, की सूर्याचा कधीही उदय अथवा अस्त होत नाही, हे वास्तव आहे. तो तर निरंतर एकसारखाच आहे. मात्र, आपली स्थिती परिवर्तित होत राहते, त्यामुळे आपण रात्री सूर्याला पाहू शकत नाही. चंद्राच्या कलादेखील दरदिवशी बदलत राहतात. कधी तो थाळीसारखा पूर्ण दिसतो, तर कधी अर्धा. परंतु तो जसा आहे, तसाच कायम राहतो, ना कधी घटतो, ना वाढतो.

अशाच प्रकारे शरीर नाश पावलं, की मनुष्याचा मृत्यू होतो, हादेखील मनुष्याचा सर्वांत मोठा भ्रम आहे. त्याच्यासाठी हे तथ्यदेखील आहे. कारण शरीर नाश पावल्यानंतर तथाकथित मृत लोक दिसायचे बंद होतं. परंतु सत्य हे आहे, की त्यांचं जीवन सूक्ष्म शरीराच्या माध्यमातून सुरूच असतं आणि त्याची पुढील यात्रा चालू राहते.

या तीनही बाबींच्या पलीकडे एक तेजसत्य आहे. ते म्हणजे जन्म आणि मृत्यू अशी कोणतीही बाबच अस्तित्वात नाही. एकच चेतना असून जी भिन्न रूपांमध्ये चहूबाजूला प्रकाशित होत असते, लीला करत असते.

ज्या ज्या वेळी आपल्या मनात दुःखद विचार येईल, त्या वेळी आपण सजग व्हा आणि तिसऱ्या पासवर्डचा उपयोग करत स्वतःला प्रश्न विचारा, 'हा माझा भ्रम तर नाही... एका विचारात इतकी ताकद आहे, जी मला दुःखी करू शकते... मला दुःखी करण्यामागे या विचारांत कोणती तथ्यं आहेत... हे सत्य आहे, की तेजसत्य?' अशाच प्रकारे अन्य प्रश्न विचारून सत्य प्रकाशात आणा. जसं, 'दुःख काय आहे, दुःख का होतं, ते येतं कुठून, आपण दुःखी आणि त्रस्त का होत राहतो?'

लहानसहान घटनांमध्ये दुःखाची भावना उफाळून येत असेल, तर अद्याप

आपल्यात काही धारणा शिल्लक आहेत, असाच याचा अर्थ होतो. त्याचबरोबर अज्ञान, भ्रम, बेहोशी वा अन्य काही गोष्टी आपल्या आत घर करून बसल्या आहेत, ज्या आपल्याला दुःखी करतात. या प्रश्नांची उत्तरं शोधण्यासाठी आपण स्वतःला काही प्रश्न विचारायला हवेत. त्याचबरोबर स्वतःशी संवाद साधण्याची युक्ती शिकायला हवी.

समजा, आपल्या मनात विचार आले, 'मी गरीब तर नाही होणार... माझ्या खात्यातून कुणी पैसे तर काढले नसतील ना... बँकेकडून काही चूक तर होणार नाही ना... आजकाल खूपच फसवणूक चालू आहे...' अशा वेळी सर्वप्रथम शांत व्हायचं आहे. त्यानंतर स्वतःला योग्य प्रश्न विचारा– 'हा माझा भ्रम आहे, तथ्य आहे, सत्य आहे, की तेजसत्य आहे?' योग्य प्रश्न विचारताच आपलं मनन सुरू होईल. त्यानंतर आपल्याला विचार येईल, 'हा माझा भ्रम असण्याचीदेखील शक्यता आहे, मी बँकेत जाऊन वस्तुस्थिती काय आहे, याची खातरी करून घेतो. केवळ दुःखी होऊन काहीही साध्य होणार नाही. त्याचबरोबर यापुढे खर्च करताना मी सजग राहीन...' अशा प्रकारे आपण विनाकारण दुःखी करणाऱ्या विचारांपासून दूर राहू शकाल.

आता आपण पुढील दोन अध्यायांमध्ये हा पासवर्ड सविस्तर समजून घेऊन तो जीवनात उतरवण्याचा संकल्प करून दुःखमुक्तीच्या दिशेने वाटचाल करू या.

अध्याय १२

भ्रमामागे दडलेलं सत्य

'या जगातील आणि आपल्या जीवनातील काही घटना आपल्यासमोर भ्रम निर्माण करतात. विशेष म्हणजे त्या घटना खऱ्या मानून मन दुःखी होऊ लागतं. ते विचार करू लागतं, 'आता माझं काय होईल... जागतिक मंदीचा काळ आहे... मी गरीब होईन... माझं वय वाढत चाललंय... आता वृद्धत्व येईल आणि आजार मागे लागतील... आता तर मुलंदेखील म्हातारपणी साथ देत नाहीत... दिवसेंदिवस महागाई गगनाला भिडत चालली आहे... पुढे गुजराण कशी करणार... मुलं कशी मोठी होतील... इतक्या समस्यांच्या गदारोळात मुलांचं संगोपन कसं करणार... दरवर्षी उन्हाळा अधिकाधिक प्रखर होत चालला आहे, थंडीदेखील वाढत चालली आहे... पर्जन्यमान कमी होत चाललं आहे... पुढे कसं जगायचं... कॅन्सरसारखा विकारसुद्धा व्यापक बनला आहे, मला तर जडणार नाही ना तो...'

आता असे असंख्य विचार मनात सुरू असतील, तर कोणी शांत बसू शकेल का? अशा भ्रमांच्या मायाजालात मनुष्य जिवंतपणीच दगडाचा पुतळा बनून फिरत आहे. जो मनुष्य विविध भ्रमात अडकून बडबड करणाऱ्या, सतत तुलना करणाऱ्या मनाला प्रश्न विचारून त्याच्यावर योग्य निशाणा साधू शकत नाही, तो जिवंत पाषाण बनून वावरतोय. यासाठीच आपण प्रत्येक विचाराची चौकशी करायची आहे, की 'मला

हे जे दिसत आहे, ज्यामुळे दुःख, असुरक्षा, निराशा उत्पन्न होत आहे, ते सत्य आहे की माझ्या मनाचा भ्रम?'

अशा प्रकारे आपल्याला भ्रमाचा भोपळा फोडायचा आहे. म्हणजेच ज्या कारणामुळे आपल्याला एखादी घटना अथवा वस्तू प्रत्यक्षात जशी आहे, तशी दिसत नाही, त्या कारणावरच प्रहार करायचा आहे. तुलना करणारं मन योग्य प्रश्नांच्या तीरांनी भेदून त्याला सत्याचं दर्शन घडवायचं आहे. यासाठी स्वतःला इतकंच विचारायचं आहे, 'हा भ्रम आहे, तथ्य आहे, सत्य आहे की तेजसत्य आहे?' हा प्रश्न विचारताच काही नवीन पैलू आपल्या दृष्टिपथात येतील. भ्रमातूनच सत्य प्रकट होईल, तेव्हा आपल्याला एक आश्चर्यकारक शांती, समाधान जाणवेल.

समजा, एखाद्याचा मेडिकल रिपोर्ट यायचा आहे, तर अशा वेळी त्याची अवस्था कशी असेल? 'रिपोर्ट काय येतोय कोणास ठाऊक? असं तर झालं नसेल... तसं तर झालं नसेल?' अशा वेळी 'हा भ्रम आहे, तथ्य आहे, सत्य आहे की तेजसत्य आहे?' हा प्रश्न विचारला तर रिपोर्ट पाहण्यापूर्वीच आपण मनाला शांत करू शकाल. कारण अपले विचार निरोगी असतील, सुंदर असतील तर रिपोर्ट काहीही आला तरी तो आपल्याला दुःखी करू शकत नाही.

खरंच आज खूप थंडी आहे

कोणी विचार करेल, 'आज खूपच थंडी आहे' तर त्याच्यासाठी थंडी असणंदेखील दुःखदायी ठरेल. अशा वेळी स्वतःला विचारायला हवं, 'हा भ्रम तर नव्हे?' त्यावर मन म्हणेल, 'इतकी थंडी आहे, मी गारठून गेलोय आणि हा भ्रम कसा काय असू शकतो?' तरीदेखील स्वतःला विचारायचं आहे, 'हे तथ्य आहे?' त्यावेळी उत्तर येईल, 'हो. कारण स्वेटर परिधान केला आहे.' पण 'काय हे सत्य आहे?' वास्तविक हे सत्य नाही.

मनुष्य म्हणेल, 'कसं सत्य नाही? इतकी थंडी वाजतेय. ती आपण कशी नाकारू शकतो?'

एका माणसाला थंडी वाजतेय याचा अर्थ खरंच खूप थंडी आहे, असं मानण्याचं कारण नाही. कारण जे लोक उष्ण प्रदेशात राहतात, त्यांच्यासाठी १५ अंशावर पारा आला तरीदेखील त्यांना थंडी जाणवेल. याउलट एखाद्या बर्फाळ प्रदेशात राहणारे लोक

तापमान शून्य अंशापेक्षा कमी झालं असतानाही थंडी पडली असं म्हणणार नाहीत. कारण त्यांच्यासाठी ते तापमान अगदी सामान्य आहे.

लोक सापेक्षतेच्या (रिलेटिव्हिटीच्या) हिशेबाने तथ्य ठरवतात. आज थंडी आहे, याचा अर्थ शरीर मंद आहे. शरीर जसं असेल, त्यानुसार थंडी जाणवते. एखाद्या माणसाला त्याच्यासाठी कंटाळवाणं असणारं काम दिलं, तर त्याला ती वेळ किती मोठी भासेल. तो सारखा घड्याळाकडे पाहून म्हणत राहील, 'आता तर कुठे एक मिनिट झाला... आता फक्त दहाच मिनिटं झालीत...' याउलट त्या माणसाला त्याच्या आवडीचा चित्रपट पाहण्यासाठी बसवलं, तर तीन तास वेळ कसा गेला, हे त्याला कळणारही नाही. याचाच अर्थ, वेळ कमी जास्त होणं हा भ्रम आहे. पण वास्तव हे आहे, की समय ना कमी आहे, ना जास्त... बस तो आहे.

समोरचा मनुष्य खरोखरच माझा तिरस्कार करतो का

अशा प्रकारे नात्यांमध्येदेखील मनुष्य भ्रमाची शिकार बनतो. एखाद्या घटनेत आपण पटकन मानतो, की 'समोरचा माझा तिरस्कार करतो, तो माझी काळजी घेत नाही, खूप वाईट आहे.' परंतु हे वास्तव नसून तुमचा भ्रमदेखील असू शकतो. समोरच्या माणसाबद्दल आपण जो विचार करत असतो, तो खरंतर भ्रमच असतो. जोपर्यंत आपण त्याच्याशी मोकळेपणाने बोलत नाही, तोपर्यंत आपला भ्रम नाहीसा होत नाही. जेव्हा 'कदाचित' हा शब्द येईल, तेव्हा हा भ्रम आहे, हकिकत नाही, हे पक्कं समजायला हवं. त्यावेळी योग्य प्रश्नांद्वारे स्वतःला विचारायला हवं,'तथ्य कोणता संकेत देत आहे? ही गोष्ट किती सत्य आहे? काय हे तेजसत्य आहे?' हे प्रश्न विचारल्यानंतर आपल्याला त्याचं उत्तर मिळेल.

खरंच लोक वाईट आहेत का

'लोक वाईट आहेत,' हा विचार तुमच्या जीवनात वाईट लोक आकर्षित करू शकतो. कारण तुमचे विचार जसे असतील, तशीच त्याची फळं तुम्हाला मिळतील. मग हा तुमचा भ्रम आहे? 'हो', तुम्हाला तसंच दिसेल. तुमच्याकडे कितीतरी तथ्यं आहेत. सत्य आहे- **लोक वाईट नाहीत. परंतु त्यांच्या वृत्तींपुढे त्यांचा नाइलाज आहे. वृत्ती त्यांना वाईट वागण्यासाठी आणि वाईट बनण्यासाठी विवश करते, प्रवृत्त करते.**

मनुष्याच्या मनात जेव्हा नकारात्मक भावना जागृत होते, तेव्हा त्याला 'आपण काय करतोय' हेच समजत नाही. अशा वेळी तो इतरांना रागावतो, फटकारतो, अद्वातद्वा बोलतो. खरंतर अशा वेळी रागावून, भांडणतंटा करून त्याला रिक्त व्हायचं असतं. मनात जे साठवून ठेवलंय, ते मोकळं करायचं असतं. आपल्या आसपास अशी कितीतरी उदाहरणं असतील. जसं, एक सासू आपल्या सुनेवर ओरडत असते. एक बॉस त्याच्या सचिवाला धारेवर धरत असतो. मालक त्याच्या नोकरांवर राग काढत असतो. त्याच्यात काही भावना इतक्या तीव्र झालेल्या असतात, की इतरांवर ओरडून त्यांना त्या भावनांना मोकळं करण्यासाठी वाट करून द्यायची असते.

एके दिवशी एक मुलगा शाळेतून घरी येताच पाय आपटत त्याचं दप्तर इतस्ततः फेकून देतो. पाण्याची बाटली, शूज, युनिफॉर्म वगैरे कसंही फेकून देतो. अशा वेळी त्याच्या शिक्षकाकडून त्याला शिक्षा झाली असेल, कदाचित, त्याच्या मित्रांशी त्याचं भांडण झालं असेल असं वाटतं. मात्र, मुलाचं हे वर्तन पाहून आईला लगेच समजतं, की आज शाळेत नक्कीच काहीतरी बिनसलंय. म्हणून तो तणावात आहे. त्याची आदळआपट पाहून आईने जर त्याला रागवायला सुरुवात केली, तर स्थिती अधिकच बिघडून जाईल, हे आईला माहीत असतं. अशा वेळी ती समंजसपणाची भूमिका घेते. काही काळ त्याला एकटं सोडते. त्याला बडबड करू देते, जेणेकरून काही बोलून, ओरडून त्याचा तणाव निवळावा.

अशा प्रकारे जे आई-वडील मुलांसमोर योग्य रीतीने उपस्थित असतात, ती मुलं खोडकरपणा करणं बंद करतात. मात्र, ज्या आई-वडिलांना हे ठाऊक नसतं, त्यांची मुलं नेहमी दुष्टपणा करतात. कारण मुलांना त्यांचा तणाव घालवायचा असतो. त्यांच्यात जर एखादी नकारात्मक भावना जागृत झाली असेल, तर त्यापासून त्यांना मुक्त व्हायचं असतं. त्यांना झालेल्या त्रासाने त्यांचा नाइलाज झालेला असतो. आई-वडिलांना जर हे माहीत असेल, तर ते त्यांना मोकळं होऊ देतात. त्यांना रिक्त होण्यासाठी मदतदेखील करतात. कारण मनुष्य बडबड करूनदेखील रिक्त होऊ शकतो.

एखादा मनुष्य खूप रागात असताना आपल्याला म्हणत असेल, की 'आजपासून तुम्ही माझ्याशी अजिबात बोलू नका.' अशा वेळी आपण त्याच्या शब्दांकडे लक्ष न देता त्याचं बोलणं, आरडाओरडा करणं यांमध्ये कोणतीही बाधा न आणता ते

पूर्णपणे ऐकून घ्यायला हवं. तो बोलून, ओरडून जेव्हा शांत होईल, तेव्हा तो स्वतःहून तुमच्याकडे येईल आणि तुम्हाला म्हणेल, 'तुम्हीच माझे खरे मित्र आहात.' आपण म्हणाल, याने तर कमालच केली. काही वेळापूर्वी हा म्हणत होता, तुम्ही माझ्याशी बोलू नका आणि आता म्हणतोय, तुम्हीच माझे खरे मित्र आहात. हे परिवर्तन का घडलं, तर तुमचा मित्र कसा आहे, त्याचं काय योग्य आहे आणि काय नाही हे तुम्हाला माहीत असतं. तो रागारागाने जे बरळतो, ते योग्य असतं, की तो शांत राहतो, ते योग्य आहे, याची तुम्हाला जाण असते. त्याच्या वृत्तींपुढे त्याचा नाइलाज असतो. त्याच्या वृत्ती, त्याच्यातील भावना तीव्रतेने उफाळून येतात आणि तो प्रक्षुब्ध होतो.

तात्पर्य, 'लोक वाईट आहेत', यात तथ्य नाही. या तथ्यामागे दडलेलं सत्य पाहायला हवं. सत्य सांगतं- **'लोक वाईट नाहीत, तर त्यांचा नाइलाज आहे. त्यांच्या वृत्ती इतक्या प्रबळ आहेत, ज्या त्यांच्याकडून अयोग्य, चुकीचं कार्य करवून घेतात.'** त्यांचं दुःख, त्यांना होणारा त्रास ऐकून आपण नकारात्मक भावनांपासून त्यांची सुटका करायला हवी. ही आपल्याकडून खूप मोठी सेवा घडेल.

वाईटपणा निमित्त आहे

वाईटपणामुळे चांगुलपणा उजळून निघतो, वाईटपणामुळे चांगुलपणाचं महत्त्व लक्षात येतं. जगात अप्रामाणिक लोकांमुळेच प्रामाणिकपणाचं महत्त्व वाढतं, त्याची कदर केली जाते. वाईटपणा नसता, तर चांगुलपणाला काहीही किंमत राहिली नसती. जर बेसूर लोक नसते, तर सुस्वर लोकांना कोणतंही महत्त्व प्राप्त झालं नसतं. बेसूर लोक आहेत म्हणूनच स्वरगंधर्वांची कदर केली जाते. सर्वांचाच आवाज सुरीला असता, तर इतरांचं संगीत कोणीही ऐकलं नसतं. वाईटपणातील हाच एक चांगुलपणा आहे, हेच त्याचं वैशिष्ट्य आहे.

वाईटपणा, चांगुलपणाचं दर्शन घडवतो. मग वाईटपणा हा वाईट कसा? तो तर चांगलाच झाला ना! हे तेजसत्य आहे. कपड्यावर डाग जरी असले, तरी ते स्वच्छ होण्यास मदतच करत असतात. याचप्रमाणे लोकांमध्ये जो चांगुलपणा असतो, तो आपल्याला पाहायचा आहे. म्हणजे आपला लोकांप्रति असणारा दृष्टिकोन बदलून जाईल. त्यांच्याविषयी असलेला आपल्या मनातील द्वेष नष्ट होईल. कारण आपण हे ज्ञान प्राप्त केल्याने आपल्या धारणांमधून बाहेर आला आहात. मात्र, लोकांचा नाइलाज

आहे. कारण त्यांना या पासवर्डचं ज्ञान नाही.

आता जर एखाद्याला असा विचार आला, की 'आजकालची मुलं खूपच खोडकर आहेत.' त्यावर उत्तर येईल, 'हो. ते दिसतात तर खोडकर. परंतु सत्य हे आहे, की 'आजकालची मुलं खोडकर बाळकृष्णाची जास्त नक्कल करत असतात.' आणि तेजसत्य हे आहे, 'मुलं तर ईश्वरासमान आहेत.' केवळ आधीच्या युगातच नव्हे, तर आजही मुलं आपल्या केंद्रस्थानी शांतपणे उपस्थित असतात. खरंतर लहान मुलं शुद्ध असतात. परंतु जसजसं ती मोठी होत जातात, तसतशी त्यांना धारणांची आणि भ्रमांची धूळ लागायला सुरुवात होते. शिवाय आपली जीवनयात्रा पुढे जाऊ लागते, तशी त्यावर धूळ येऊ लागते. यासाठीच योग्य वेळी, योग्य प्रश्न विचारून आपल्यावर जमा झालेली धूळ झटकून टाकायला हवी.

या अध्यायात काही उदाहरणं दिली आहेत, ती अभ्यासून आपण आपल्या जीवनातील भ्रम दूर करून तिसऱ्या पासवर्डची कसोटी पार करायची आहे. त्यानंतर आजपर्यंत आपण ज्या काही गोष्टी मानत आला, त्या किती निरर्थक आहेत, हे जाणू शकाल.

अध्याय १३

भ्रम आणि तेजसत्य हा जीवनाचा नियम आहे

'व्यापारात मंदी सुरू आहे' असा एखाद्याला विचार येतो. तर काही लोकांसाठी हा मंदीचा विचार भ्रम असू शकेल. मात्र, काही लोकांना मंदीच्या विचारांत तथ्य आढळतं. ते म्हणतात. 'हो. खरंच तसं जाणवतंय खरं... लोकांची व्यापारी उलाढाल कमी होऊ लागली आहे. मालाची विक्री कमी होत आहे, यात तथ्य आहे.' 'ही मंदी नव्हे, तर तेजीची तयारी आहे. परंतु हे सत्य आहे.' कारण ज्या ज्या वेळी मंदी येऊन गेली, त्या त्या वेळी विश्वानं एक उत्कर्षाची वेगळी उंची गाठली. यामागील तेजसत्य आहे– निसर्ग काही काळ ते कार्य थांबवतो, पॉज देतो. अर्थात, विश्वात अशा काही घटना घडतात, त्या मंदी येण्यासाठी कारणीभूत ठरतात. त्यानंतर लोक त्या समस्येतून बाहेर पडण्यासाठी काही नवीन सर्जनशील (क्रिएटिव्ह) मार्ग शोधतात. काही सकारात्मक पावलं उचलली जातात, काही नवनिर्माण घडतं. तसंच नवे मार्ग दृष्टिपथात येतात आणि त्याद्वारे व्यापार पुन्हा जोरानं वाढू लागतो. अशा पद्धतीने विश्वाची विकासयात्रा चालू असते.

मात्र, एक दुकानदार विचार करतो, 'आसपासच्या क्षेत्रात माझंच दुकान चालायला हवं. प्रत्येकाने माझ्याच दुकानातून सामान खरेदी करायला हवं.' अशा प्रकारे त्या दुकानदाराला अथवा व्यापाऱ्याला आपल्या परिसरात स्वतःचं वर्चस्व प्रस्थापित करण्याची इच्छा असते. 'इथे आमचीच मक्तेदारी चालायला हवी' अशी लोकांची

विचारसरणी बनते, तेव्हा अर्थव्यवस्था डळमळू लागते. अशा प्रकारची विचारसरणी व्यापक बनू लागताच निसर्गाला यात हस्तक्षेप करावा लागतो, 'आता ही प्रणाली बदलायलाच हवी.'

कारण काही गोष्टी नव्यानं समोर आणाव्यात, काही नवनिर्माण व्हावं, अशी निसर्गाची इच्छा असते. म्हणून मनुष्याने आता त्याच्या कार्यांचा पुनर्विचार करायला हवा, असा संकेत निसर्ग देतो. मात्र, नवी विचारसरणी अनुसरून नवं कार्य करण्यासाठी मनुष्याने लवचिक बनायला हवं. जुन्या कालबाह्य झालेल्या पद्धती सोडून नव्या प्रणालींचा अंगीकार करायला हवा. सद्यःस्थितीनुसार बदलण्यासाठी मनुष्याने जगण्याच्या, ध्यान करण्याच्या, क्षमा मागण्याच्या नव्या पद्धती शिकून आणि त्या समजून घ्यायला हव्यात. नात्यांमध्ये माधुर्य आणण्यासाठी नवा प्रतिसाद द्यायलाही शिकायला हवं.

मनुष्य नवं काही शिकू शकत नाही, तेव्हा मंदी येते. ती आपल्याला नव्यानं विचार करायला भाग पाडते. याचा अर्थ असा नव्हे, की निसर्ग तुमचा तिरस्कार करतो. पृथ्वीवर ज्या काही घटना घडत आहेत, त्या आपल्याला जागृत करण्यासाठी, धक्का देण्यासाठीच घडत आहेत. खरंतर निसर्गाचं आपल्याविषयी असणाऱ्या प्रेमाचं हे प्रतीक आहे.

काही परिवर्तन घडतं, तेव्हा ते आपल्याला जुन्या साच्यातून बाहेर काढण्यासाठी येत असतं, ही समज ठेवायला हवी. हे तेजसत्य समजून घेऊन आपण त्यातून बाहेर यायला हवं. योग्य प्रश्न विचारून आणि सखोल मनन करूनच मनुष्य भ्रमामागे दडलेलं तेजसत्य समजू शकतो. त्यानंतर तो भ्रमांच्या विचारांपासून आणि दुःखी जीवनापासून मुक्त होतो.

पुढे उदाहरणादाखल, जे लोकांना नेहमी त्रस्त करतात असे काही भ्रम दिले आहेत. आपण त्यांमागे दडलेलं तेजसत्य शोधून, आपलं लक्ष त्यावर केंद्रित करायचं आहे.-

तथ्य : दररोज करावी लागते मला घरातील साफसफाई.

वहम : चारही बाजूला सुटलीय घाणीची दुर्गंधी.

सत्य : जीवन लाभलंय मला काढण्या आतली मलिनता.

तेजसत्य : मला करायची आहे सेवा, दूर सारून आतली मलिनता.

❑ ❑ ❑

सुखी जीवनाचे पासवर्ड

तथ्य	:	मला पाहून लोक तोंड वेडंवाकडं करतात.
वहम	:	मी रागीट नाही, लोकच हेतुतः मला रागवायला भाग पाडतात.
सत्य	:	रागावर मनन करवून लोक माझी सहनशक्ती आणि धैर्यच वाढवतात.
तेजसत्य	:	माझ्यातील प्रेम आणि गुण प्रकट करण्याच्या हेतूने ईश्वर अशी भूमिका निभावतो.

❏ ❏ ❏

तथ्य	:	माझं काम होत नाही, मला कोणी पार्टीला बोलावत नाही.
वहम	:	मन सांगतं, मी आहे उदास.
सत्य	:	औदासीन्यावर ध्यान करू शकलो, मी आहे ईश्वराचा दास.
तेजसत्य	:	सत्य तर हेच आहे, की मी स्वानुभव आहे.

❏ ❏ ❏

तथ्य	:	मला नोकरीतून काढलं.
वहम	:	मी अतिशय दुःखी आहे.
सत्य	:	तरीदेखील मी अनेकांपेक्षा सुखी आहे आणि एकमुखी आहे.
तेजसत्य	:	कारण मी स्वानुभव आहे.

❏ ❏ ❏

तथ्य	:	माझ्या सहकाऱ्याने दिला मला धोका.
वहम	:	सर्वांना मिळतोय मला त्रास देण्याचा मोका.
सत्य	:	माझा उत्साह द्विगुणित करण्याचा मिळालाय मोका.
तेजसत्य	:	करायची मला ईश्वराची अभिव्यक्ती, कारण मी आहे त्याचाच अंश.

❏ ❏ ❏

तथ्य	:	माझा मुलगा माझ्यामुळे डॉक्टर बनला.

सुखी जीवनाचे पासवर्ड

वहम	:	जगात सर्वकाही मनुष्याने बनवलं.
सत्य	:	परंतु मनुष्याला ईश्वराने बनवलं.
तेजसत्य	:	खरंतर ईश्वरच मनुष्य बनला, ईश्वरानेच डॉक्टर बनवला.

❑ ❑ ❑

तथ्य	:	माझ्या घरात झाली चोरी.
वहम	:	हे जग फार वाईट आहे, सगळे आहेत विश्वासघातकी.
सत्य	:	आता वेळ आली आहे, आपलं इमान शोधण्याची.
तेजसत्य	:	आता आली आहे वेळ आपला आरसा स्वच्छ करण्याची, स्वतःला जाणण्याची.

❑ ❑ ❑

तथ्य	:	माझे गुडघे दुखतायत.
वहम	:	मी आजारी आहे.
सत्य	:	हा शरीराद्वारे मिळालेला फीडबॅक आहे.
तेजसत्य	:	वास्तवात जो मी आहे, तो आजारापासून कित्येक मैल दूर आहे.

❑ ❑ ❑

अध्याय १४

सुखी जीवनाचा चौथा पासवर्ड

एक मनुष्य दररोज ईश्वराला प्रार्थना करत असे, 'मला लॉटरी लागू दे, जेणेकरून माझी आर्थिक समस्या सुटावी आणि पैशाच्या अभावाने निर्माण झालेलं दुःख नष्ट व्हावं.'

दररोज नियमितपणे प्रार्थना करूनदेखील कोणतंही फळ मिळालं नाही. त्यामुळे हताश होऊन तो ईश्वराला म्हणाला, 'हे ईश्वरा, तू माझी प्रार्थना का ऐकत नाहीस?'

त्याचवेळी आकाशवाणी झाली, 'आधी लॉटरीचं तिकिट तरी विकत घे.'

दररोज प्रार्थना करत असूनही त्याच्या हे लक्षात आलं नाही, की अद्याप त्याने लॉटरीचं तिकिटच खरेदी केलं नाही.

आकाशवाणी ऐकताच त्याने धावत जाऊन लॉटरीचं तिकिट विकत घेतलं. लॉटरीच्या निकालाचा दिवसदेखील गेला. परंतु त्याला लॉटरी लागली नाही.

त्यामुळे तो आणखी व्यथित झाला आणि त्याने ईश्वराला विचारलं, 'आता माझी लॉटरी का नाही लागली?'

हा प्रश्न विचारताच त्याला उत्तर मिळालं, 'घरातून बाहेर तरी निघ.'

आवाज ऐकून तो घराबाहेर पडला, तर त्याला एक टिफिन दिसला. त्याने टिफिन उघडला, तर त्यात एक दिवा, कापूस, तेल, काडेपेटी आणि लॉटरीचं तिकिट या सर्व वस्तू होत्या. या सर्व वस्तू पाहून तो अतिशय आनंदी झाला.

आता त्याने विचार केला, 'ईश्वराने स्वतःच लॉटरीचं तिकिट पाठवलं आहे, तर आता माझी लॉटरी नक्कीच लागणार!' पण निकालाची तारीख उलटून गेली तरी त्याची लॉटरी लागली नाही. त्यामुळे तो अतिशय दुःखी झाला. निराश होऊन त्याने ईश्वराचा धावा केला, 'देवा, माझी लॉटरी का लागत नाही?'

त्यानंतर आकाशवाणी झाली, 'आधी दिवा तर लाव.' आकाशवाणी ऐकून त्या मनुष्याने दिव्यात तेल घातलं, कापसाची वात बनवली आणि काडेपेटीतील काडी काढण्यासाठी ती उघडली. पाहतो तर काय! त्यात त्याला एक हिरा दिसला. हिरा मिळाल्यामुळे तो अतिशय खुश झाला. आधी त्याला वाटत होतं, की लॉटरी लागल्यानंतरच त्याच्या समस्येचं निराकरण होईल. परंतु ईश्वराने त्याची प्रार्थना वेगळ्या आणि अनोख्या रीतीने पूर्ण केली.

ईश्वर आपली उन्नती अन्य माध्यमांद्वारे करतच असतो, हे आपल्याला ही कहाणी ऐकून समजलंच असेल. म्हणून सर्वप्रथम नकारात्मक घटनांमुळे दुःखी होणं बंद करायला हवं. काही दिवसांनंतर आपल्याला कंपनीकडून एखादं विशेष पद बहाल केलं जाईल अथवा अन्य कंपनीत उच्च पदावर तुमची नेमणूक होईल. नोकरी सोडून तुम्ही एखादा व्यवसाय सुरू कराल. यांपैकी काहीही होऊ शकतं. आपल्या उन्नतीचे अनेक मार्ग आहेत, केवळ एकच मार्ग नाही.

जसं, मनुष्य जेव्हा ईश्वराकडे स्वतःच्या उन्नतीसाठी प्रार्थना करतो आणि पाहतो, की प्रमोशनच्या यादीत त्याचं नाव नाही, तेव्हा तो दुःखी होतो. 'माझ्याच बाबतीत असं का घडलं? कुठवर मी असं त्रासदायक जीवन जगत राहू?' अशा विचारांनी तो अतिशय त्रस्त होतो.

हे तर तुझ्या प्रार्थनेचंच फळ आहे, असं जर त्याला त्यावेळी सांगितलं, तर तो हे कधीही मान्य करणार नाही.

तो म्हणेल, 'मी तर ईश्वराला माझ्या उन्नतीसाठी प्रार्थना केली होती. परंतु माझी तर अवनतीच झाली. मी निष्ठेनं, प्रामाणिकपणानं इतके परिश्रम घेतले त्याचं त्याने मला कोणतं फळ दिलं? माझी तर फसवणूकच झाली आहे आणि आपण मात्र म्हणत आहात, जे काही घडलंय ते माझ्या प्रार्थनेचं फळ आहे. म्हणजे मी ईश्वराकडे चुकीची प्रार्थना केली होती का?'

आपण प्रार्थना तर अगदी योग्य केली होती. परंतु ईश्वर आपली प्रार्थना त्याला योग्य वाटेल त्या पद्धतीने पूर्ण करत असतो. आपण आपल्या उन्नतीसाठी प्रार्थना केली असेल, तर ती प्रमोशनद्वारेच होणं गरजेचं नाही. प्रमोशन न मिळणं ही घटनादेखील तुमच्या उन्नतीसाठी एक शिडी असू शकेल.

मनुष्य जेव्हा ईश्वराकडे प्रार्थना करतो, तेव्हा तो एक चूक करतो. तो ईश्वराला आपल्या प्रार्थनापूर्तीचा मार्ग सांगतो, की 'या या प्रकारे माझ्या अमुक समस्येचं निवारण कर.' परंतु आपण ईश्वराला दुःखमुक्तीचा मार्ग सांगायचा नाही, तर केवळ त्याच्याकडे दुःखमुक्तीसाठी प्रार्थना करायची आहे. याच बाबीचा ही कहाणी संकेत देते. हाच बोध या कहाणीद्वारे मिळतो. मग ईश्वर आपल्यासाठी योग्य असणाऱ्या मार्गाने, जो आपल्या दुःखमुक्तीसाठी बनला आहे, त्या मार्गाने आपलं दुःख दूर करेल. कारण **दुःखमुक्तीसाठी ईश्वराने निवडलेला मार्गच सर्वोत्तम आहे, परिपूर्ण आहे. हाच आहे सुखी जीवनाचा चौथा पासवर्ड.**

मनुष्य जेव्हा स्वतःच्या जीवनात ज्ञानरूपी आनंदाचा दिवा पेटवतो, तेव्हा त्याला केवळ हिराच नव्हे, तर परीसदेखील मिळतो. परीसरूपी ज्ञान प्राप्त करून मनुष्य त्याच्या भावी काळात येणाऱ्या दुःखातूनही मुक्त होतो.

अध्याय १५
सुखी जीवनाचा पाचवा पासवर्ड

आजच्या स्पर्धात्मक युगात प्रत्येक मनुष्य तणावग्रस्त आणि त्रस्त होऊन दुःखी जीवन जगतोय, पण आपल्या दुःखातून बाहेर पडून आनंदी जीवन जगणं मनुष्याला शक्य आहे का?

आजपर्यंत दुःखद घटनेकडे अथवा समस्येकडे लोकांनी दुःखी नजरेनेच पाहिलं आहे. मनुष्याला समस्या आली, की सर्वप्रथम तो दुःखी होतो. मग दुःखद नजरेने त्या समस्येकडे पाहतो. असं करणं तार्किकदृष्ट्या त्याला योग्य वाटतं. परंतु दुःखी मनुष्य केवळ दुःखच निर्माण करू शकतो. म्हणून कोणत्याही दुःखद घटनेकडे प्रथम दुःखद नजरेने पाहणं बंद करायला हवं आणि खुश व्हायला हवं. **समस्या आली, की प्रथम खुश व्हायला हवं. त्यानंतर ती सोडवण्यासाठी पाऊल उचलायला हवं. हाच आहे सुखी जीवनाचा पाचवा पासवर्ड!** तार्किकदृष्ट्या हे योग्य वाटणार नाही, परंतु हेच सत्य आहे. प्रथम आपण आपलं दुःख आणि समस्या यांकडे खुशीच्या नजरेने पाहायला हवं. त्यानंतरच त्यातून बाहेर येणं आपल्यासाठी सुकर होईल.

आपल्या जीवनात जेव्हा एखादी समस्या येते, मग ती लहान असली तरी आपलं हृदय बंद करून टाकते. आपल्याला संकुचित करून दुःख निर्माण करते. त्या दुःखातून बाहेर पडण्यासाठी समस्येकडे खुशीच्या नजरेने पाहायला हवं. आपण ही कला जेव्हा शिकाल, तेव्हा आपल्याला त्वरित मुक्तीची जाणीव होईल.

इथे तर समस्येकडे खुशीच्या नजरेने पाहायला सांगितलं जात आहे. मग आपण समस्येचं निरसन करण्याचा प्रयत्न करूच नये का? हा प्रश्न काही लोकांच्या मनात निर्माण होईल. मुलगा अभ्यास करत नाही, बॉस प्रमोशन देत नाही, तब्येत ठीक नाही. मग ती सुधारायची नाही का? अशा वेळी त्यांना सांगितलं जाईल, की तब्येत सुधारण्याचा प्रयत्न अवश्य करा, पण दोन्ही हात मोकळे ठेवूनच. कारण आपण जेव्हा दुःखी असतो, तेव्हा काम कसं करतो? समस्या कशी सोडवतो? अशा प्रसंगी आपण समस्या अशा प्रकारे सोडवता, की जणू काही आपला एक हात मागे बांधला गेला आहे. मग एकाच हाताने समस्या सोडवण्याचा प्रयत्न तुम्ही करता. वास्तविक हा तर शुद्ध वेडेपणाच म्हणायला हवा. कारण कॉमन सेन्स हेच सांगतं, की दोन्ही हात मोकळे ठेवून समस्या सोडवणं अतिशय सोपं जाईल. समस्या सोडवायलाच हव्यात, मुलांच्या अभ्यासाकडे लक्ष द्याच. परंतु सर्वप्रथम समस्येकडे आनंदी नजरेने पाहा आणि मगच त्या समस्यांचं निराकरण करण्यासाठी आवश्यक ती सर्व पावलं उचला.

समस्येकडे खुशीच्या नजरेने पाहिल्यानंतर समस्येचं निरसन करणं आपल्यासाठी खूपच सोपं ठरतं. समस्येशी दोन हात करण्याची आपली तयारी होते. अशा पद्धतीने समस्या सोडवल्यानंतर आपण आश्चर्यचकित व्हाल. पहिलं पाऊलच योग्य रीतीने टाकलं गेलं नाही, तर पुढची सर्व पावलं चुकीचीच पडतात. म्हणून प्रथम दुःखद घटनेकडे अथवा समस्येकडे खुशीच्या नजरेने पाहण्याची कला शिका आणि त्यानंतर ती सुधारण्याचं कार्य करा.

वाट्टेल ते होवो, कोणत्याही परिस्थितीत आपण आनंदी राहायलाच हवं. कारण **आनंद आपला मूळ स्वभाव आहे, स्रोत आहे.** कायम ओलं राहणं हा जसा पाण्याचा स्वभाव आहे, तसंच सेल्फ, सत्य, ईश्वर, अनुभव, जो आपल्या सर्वांच्या आत आहे, त्याचा स्वभाव आहे- प्रेम, खुशी आणि आनंदी राहणं. मात्र, आपण वास्तव विसरून आपल्या धारणांमध्ये गुरफटून दुःख उगाळत बसतो, जे केवळ मिथ्या आहे, स्वविस्मरण आहे.

मनुष्य दुःखात खुश राहू शकत नाही. कारण त्याचं मन आधी सर्व बाबी त्याच्या तराजूत तोलून-मापून घेऊ इच्छितं. मन विचार करतं, 'प्रथम मला याची खातरी पटू दे... आधी मला हे मिळू दे... आधी माझी समस्या तरी सुटू दे... आधी मला हे पक्कं करू दे, की जे सांगितलं जात आहे, ते अगदी खरं आहे. त्यानंतरच मी नवीन पद्धतीने

जीवन जगेन.' मनाच्या या सवयीमुळेच मनुष्य खुश होण्यासाठी वाट पाहत राहतो, खुश होणं पुढे ढकलतो. पण जे लोक कोणत्याही कारणांची वाट न पाहता, आनंदी राहायला सुरुवात करतात, त्यांना त्याचे चांगले परिणाम दिसू लागतात. मग खुश राहणं हे त्यांच्या जीवनाचं अविभाज्य अंग बनतं.

अध्याय १६

सुखी जीवनाचा सहावा पासवर्ड

प्रत्येक घटनेत खुश राहा, असं जर मनुष्याला सांगितलं तर त्याला ते अतिशय कठीण वाटतं. तो पाहतो, की घरात, ऑफिसमध्ये, नातेसंबंधांत अशा काही नकारात्मक घटना घडतात, ज्यामुळे तो दुःखी होतो. त्यामुळे तो विचार करतो, 'प्रत्येक घटनेत कोणी कसं काय खुश राहू शकेल बरं? हे बोलणं अतिशय सोपं आहे, परंतु कृतीत उतरवणं खूप कठीण आहे.'

होय, मनुष्य प्रत्येक घटनेत खुश राहू शकतो. कारण तो स्वतःच खुशी आहे. मनुष्याला सदैव आनंदी राहण्याची इच्छा असते. परंतु घटनांमध्ये गुरफटून तो दुःखी होतो. प्रत्येक घटनेत खुश राहण्यासाठी एक वाक्य तुमच्या जीवनात अतिशय प्रमुख भूमिका बजावेल. ते वाक्य आहे, **के.बी.एन.** (KBN) **म्हणजेच 'काही बिघडत नाही'. हे आहे सुखी जीवनाच्या पासवर्डचं सहावं वाक्य!** ऐकताना हे केवळ तीन साधे शब्द वाटतात. परंतु समजेसह यांचा उपयोग केला, तर हे वरकरणी अगदी साधे वाटणारे शब्ददेखील अतिशय शक्तिशाली सिद्ध होतील. समजण्यासाठी आणि लक्षात ठेवण्यासाठी याला आपण 'केबिन' म्हणू शकता. या वाक्याचा उपयोग करून कुठल्याही नकारात्मक परिस्थितीचा आपण सहजतया स्वीकार करू शकाल. शिवाय त्या घटनेने अथवा परिस्थितीने आपण दुःखीदेखील होणार नाही. कोणत्याही दुःखद घटनेचा आपण स्वीकार करतो. याचाच अर्थ, आपण ती 'केबिन'मध्ये ठेवतो. येथे

'काही बिघडत नाही' या वाक्याचा उपयोग केला आहे.

आपल्या जीवनात या वाक्याचा उपयोग कशा पद्धतीने करायचा आहे, हे आपण एका उदाहरणाद्वारे समजून घेऊ.

जसं, एखादा मनुष्य तुम्हाला पाहून तोंड वेडंवाकडं करून गेला, तर तुम्ही व्यथित होता. परंतु आता अशा स्थितीत 'काही बिघडत नाही' असं म्हणालात, तर तुम्ही दुःखी होणार नाही किंवा तुम्हाला नेहमीपेक्षा कमी दुःख होईल. तुम्ही समोरील माणसाच्या अशा वर्तणुकीचा पूर्णपणे स्वीकार कराल. मात्र, तुम्हाला जर एखाद्या मनुष्याचा असा प्रतिसाद आवडला नाही तर तुम्ही विचार कराल, 'त्याने असं का केलं... तो माझ्याशी असं का वागला... आता मी पुढे काय करतो ते पाहाच...' अशा स्थितीत 'काही बिघडत नाही' असं म्हणताच एक नवीन दृष्टिकोन, स्वीकारभाव निर्माण होईल आणि मन नकारात्मक स्थितीतून बाहेर येऊ लागेल.

केबिनचा (KBN) आणखी

एक अर्थ आहे-'किनारा ब्रोकन' म्हणजे

किनाऱ्याविना, अर्थात किनारा तोडून टाकला.

आपण जेव्हा दुःखाचा अस्वीकार करून त्याला

किनारा देतो, तेव्हा दुःखाची नदी खोल बनते.

परंतु दुःखाचा स्वीकार करून

काही बिघडत नाही असं म्हणून

किनारा तोडून टाकला तर

दुःख विलीन होतं.

कसं ते आता आपण सविस्तर समजून घेऊ या. जसं, कोणत्याही समस्येत आपण जर दुःखाचा स्वीकार केला नाही तर आपण दुःखाला किनारा दिला, त्याची नदी बनवली. परंतु त्या दुःखाचा स्वीकार करून ते 'केबिन'मध्ये ठेवलं, तर किनारा कोलमडून जाईल आणि दुःखाला किनारा न मिळाल्याने ते विलीन होईल.

समस्या 'केबिन'मध्ये ठेवल्याने समस्येवरील उपाय प्राप्त होतो. मोठमोठे शास्त्रज्ञ, ज्यांनी महान आविष्कार केले, त्यांना त्यांच्या संशोधनकार्यात एखाद्या समस्येवरील उपाय मिळत नसे, तेव्हा ती समस्या त्यांच्या मेंदूच्या केबिनमध्ये ते ठेवत असत. मग अचानक एखाद्या दिवशी स्नानादरम्यान बाथटबमध्ये किंवा स्वप्नात त्यांना त्या समस्येवरील उपाय मिळत असे. तेव्हा त्यांना युरेका इफेक्ट मिळायचा. समस्या 'केबिन'मध्ये ठेवल्याने समस्येवरील उपाय मिळतो. 'काही बिघडत नाही' असं म्हणताच त्या समस्येवर वेगळ्या प्रकारे काम सुरू होतं. कारण मेंदू समस्येवर अथकपणे काम करत राहतो. अस्वीकार करताच मेंदू त्याचं काम बंद करतो.

'काही बिघडत नाही' या वाक्याचा उपयोग केल्याने आपल्या दैनंदिन जीवनात घडणाऱ्या लहानसहान घटनांमध्ये आपण दुःखी होणार नाही. परंतु मोठ्या अथवा गंभीर घटनेत या वाक्याबरोबरच आपण उद्भवलेल्या परिस्थितीवर उपाय शोधण्याचादेखील प्रयत्न करायला हवा. 'काही बिघडत नाही' असं म्हणताच आपण त्या परिस्थितीचा स्वीकार करू शकाल. त्याचबरोबर मनाच्या अशा स्थिर अवस्थेत एखाद्याची नकारात्मक वर्तणूक पाहून आत निर्माण झालेला प्रतिरोध निवळून जाईल आणि समस्येवरील उपाय सहजपणे गवसेल. त्यानंतर जर कोणी आपल्याला विचारलं, की तुमच्या अमुक समस्येचं काय झालं?' तर त्यांना सांगा, 'ही समस्या सध्या 'केबिन'मध्ये ठेवली आहे.' कारण केबिनमध्ये समस्या वाढत नाही, तर ती सुटते.

अशा प्रकारे दिवसभर वेगवेगळ्या घटनांमध्ये जर या वाक्याचा उपयोग केला तर आनंद, खुशी आणि शांती यांचीच प्रचिती येईल.

आनंदी राहून इतरांना मदत करा

'समस्येला केबिनमध्ये ठेवणं, हे समस्येपासून पलायन करण्यासारखंच नव्हे का?' कदाचित असा प्रश्न तुमच्या मनात येऊ शकेल. परंतु असं अजिबात नाही. समस्या केबिनमध्ये ठेवणं, हे समस्येपासून पलायन करणं नसून मनाला दिलं जाणारं प्रशिक्षण आहे. हे प्रशिक्षण पृथ्वीवर आपलं लक्ष्य प्राप्त करण्यासाठीची एक संधी आहे. या संधीचा लाभ घेऊन जर दुःखातही खुश राहण्याची कला अवगत केली, तर या प्रशिक्षणाचा आपण योग्य लाभ घेतला असं म्हणता येईल.

मनुष्य लहानसहान घटनांमध्ये 'केबिन' या शब्दाचा उपयोग करून यशस्वीदेखील

होतो. परंतु एखाद्या गंभीर घटनेतदेखील या वाक्याचा उपयोग करून तो दुःखी झाला नाही तर याचाच अर्थ, या वाक्याचा प्रत्येक घटनेत उपयोग करण्याचं गमक त्याला साधलं आहे, असं म्हणता येईल.

एखाद्या कुटुंबातील एखादा सदस्य आजारी असेल, तापाने फणफणलेला असेल आणि त्यामुळे घरातील इतर सदस्य दुःखी आणि त्रस्त असतील, तेव्हा तो लवकरात लवकर बरा व्हावा अशीच त्या घरातील सर्वांची इच्छा असते. अशा घटनेत आपण के.बी.एन.चा उपयोग केला, तर त्या घटनेचा आपल्यावर कोणताही नकारात्मक परिणाम झाला नाही, हे दिसून येईल. अशा वेळी आणखी एक वेगळीच समस्या निर्माण होते. ती म्हणजे कुटुंबातील सदस्य आजारी असतानादेखील आपण दुःखी झालो नाही, तर त्या सदस्याबद्दल आपल्या मनात प्रेमभाव नाही असा गैरसमज निर्माण होतो. परंतु इतरांच्या दुःखात सहभागी होण्यानेच प्रेम व्यक्त केलं जाऊ शकतं का?

मात्र, लोकांची ही धारणा बनली आहे, की 'इतरांचं दुःख पाहून आपणही त्यांच्या दुःखात दुःखी होऊन सहभागी व्हायला हवं.' कारण आजवर लोकांनी सर्वांना हेच करताना पाहिलं आहे. एखादा असं करत नसेल, तर लोक त्याच्याबद्दल विचार करतात, 'याला अमक्याबद्दल अजिबात प्रेम, करुणा, दया, आस्था नाही.' लोक त्याला लगेच निर्दयी, निष्ठुर, क्रूर आणि वाईट माणूस समजतात. म्हणून आजतागायत लोक एकमेकांच्या दुःखाने दुःखी व्हायलाच हवं, या चुकीच्या धारणेतच जीवन जगत आहेत.

मनुष्याला वाटतं, की 'इतरांच्या दुःखाने दुःखी होऊन मी चांगलंच काम करत आहे' आणि समोरच्यालाही हे पाहून चांगलं वाटतं, की 'कुणीतरी आहे, जे माझ्या दुःखाने दुःखी होतंय, खरंच त्याचं माझ्यावर किती प्रेम आहे.' परंतु जेव्हा दोन अज्ञानी लोकांचं प्रेम एकत्र येतं, तेव्हा दुःख दुपटीने वाढतं. कारण त्याच्या चेतनेचा स्तर आधीच खालावलेला असतो. तो नकारात्मक मनोदशेत असतो. अशा परिस्थितीत जर कुणी येऊन त्याच्याशी नकारात्मक संवाद साधला, तर निश्चितच त्याचं दुःख वाढणार. वास्तविक त्याला नकारात्मक अवस्थेतून बाहेर आणण्यासाठी, त्याच्या चेतनेचा स्तर उंचावण्यासाठी सकारात्मक तरंगांची आणि उच्च चेतनेची आवश्यकता असते. ज्याच्या चेतनेचा स्तर उच्च आहे, जो खुश आहे, जो सुख-दुःखाच्या पलीकडे गेला आहे, केवळ असा मनुष्यच दुःखी माणसाला त्यातून बाहेर काढू शकतो.

समोरच्या माणसाच्या दुःखात दुःखी होऊन ते त्याचं दुःख कमी करण्याऐवजी

वाढवत आहेत, हेच लोकांना माहीत नाही. जसं, एखाद्या कुटुंबातील एखादा सदस्य आजारी आहे, अचानक त्याच्या घरी काही दुर्घटना घडली किंवा कुणाचा मृत्यू झाला आहे. त्यामुळे आधीच त्या घरातील सर्व लोक दुःखी असतात. त्यानंतर घडतं असं, की इतर लोकदेखील त्या घटनेकडे दुःखी नजरेने पाहतात. त्यांना वाटतं, त्या घरातील लोकांबरोबर असं व्हायला नको होतं. हे खूपच चुकीचं घडलं. पण अज्ञानवश तो योग्य विचार करतोय की अयोग्य, हे त्याला स्वतःलाच माहीत नसतं. मनुष्य जर इतरांना दुःखी पाहून स्वतःच दुःखी होत असेल, तर त्याचं हे प्रेम अंध आहे, त्यात आसक्ती आहे. यालाच अंधश्रद्धा आणि अज्ञान म्हटलं गेलं आहे.

मात्र, तुम्ही जर समोरच्याला दुःखातून बाहेर काढू इच्छित असाल, त्याला मदत करू इच्छित असाल, तर प्रथम त्याचं दुःख ऐकून घ्या. मात्र, त्यावेळी स्वतः खुश राहा. तुम्ही आनंदी असणं समोरच्याला गैर वाटत असेल, तर दुःखी असण्याचा वरवर अभिनय करा. परंतु आतून खुश राहा. समोरचा समजदार असेल, तर तुम्ही आनंदी आहात म्हणून तो दुःखी होणार नाही.

अगदी मोठ्या अथवा गंभीर घटनांमध्येदेखील 'काही बिघडत नाही' या वाक्याचा उपयोग केला, तर कोणत्याही घटनेचा तुमच्यावर परिणाम होणार नाही. अशा रीतीने तुम्ही नकारात्मक घटनांमध्येदेखील खुश राहू शकाल.

अध्याय १७
सुखी जीवनाचा सातवा पासवर्ड

नकारात्मक घटनांकडे जेव्हा आनंदित नजरेनं पाहिलं जातं, तेव्हा त्या घटनांमुळे जाणवणारं दुःख कमी कमी होऊ लागतं. पाहता पाहता मग ते दुःख क्षीण भासू लागतं; परंतु त्याचा कायमस्वरूपी अंत मात्र होत नाही. अधून मधून दुःखद भावना उमटतच राहतात. अशा वेळी प्रश्न असा निर्माण होतो, की 'दुःखमुक्तीसाठी चिरस्थायी उपाय कोणता आहे?'

एखाद्या घटनेमुळे दुःखद भावना दाटल्याने आपल्या ज्या प्रचलित धारणा अथवा जे समज-गैरसमज दडलेले असतात, त्यांचा शोध घ्यायला हवा. त्याचप्रमाणे, त्या प्रकाशात आणून त्या धारणा समूळ नष्ट करणे, हाच खरंतर दुःखमुक्तीचा कायमस्वरूपी (चिरस्थायी) उपाय आहे. मात्र मनुष्य जेव्हा आपल्या अंतरंगाचा कानोसा घेईल, तेव्हाच त्याच्यासमोर वास्तव प्रकट होईल, मग तो वास्तवावर प्रेम करू लागेल आणि दुःख उगाळत बसणार नाही.

मनुष्य नेहमी इतरांमध्येच दोष शोधत राहतो आणि दुःखी होतो. कारण त्याला हे ठाऊकच नसतं, की '**इतरांमध्ये दोष आहेत, या विचारातच दोष आहे आणि तेच विचार आपल्या आत आहेत. त्यामुळे इतरांमधील दोष पाहणं बंद करून, आपलं अंतरंग स्वच्छ करायला हवं.**' हाच सुखी जीवनाचा सातवा पासवर्ड आहे. हे वाक्य आत्मसात करून आपण जेव्हा नकारात्मक घटनांमध्ये शोध घ्याल, तेव्हा

आपल्याला याची जाणीव होईल. त्याचप्रमाणे समोरच्या व्यक्तीत दोष पाहण्याऐवजी स्वतःवरच काम करण्याची अधिक गरज आहे, हे लक्षात येईल.

आपल्याला आपल्या आयुष्यात कित्येक त्रासांना सामोरं जावं लागतं, त्यामुळे आपण दुःखी होतो; परंतु आपण कधी आपल्या दुःखांचा शोध घ्यायचा प्रयत्न केला आहे का? या दुःखांमागचं मूळ कारण काय आहे, हे कधी जाणून घ्यायचा प्रयत्न केला आहे का? दुःखी कोण होतं? आपल्याला जर आपल्या दुःखांपासून कायमस्वरूपी मुक्तता हवी असेल, तर या दुःखांच्या मुळापर्यंत जावं लागेल, जिज्ञासू, साधक बनावं लागेल. साधक बनल्याने आपण दुःखद प्रसंगांतही आनंदी राहण्याची कला शिकू शकाल. परंतु, त्यासाठी आपल्याला आपल्या मनाचा सखोलतेनं शोध घ्यावा लागेल. हळूहळू आपण यात इतकं प्रावीण्य मिळवू शकाल, की दुःखाची सारी कारणं स्वतःहूनच आपल्यासमोर प्रकटून नष्ट होतील.

दुःखद प्रसंगात कशा प्रकारे शोध घ्यायचा, हे एका उदाहरणाद्वारे समजून घेऊ या.

'मी प्रत्येक कामात किती कुशल आहे... माझं प्रत्येक काम कसं चोख असतं... मी सगळ्या वस्तू जागच्या जागी ठेवतो... सगळी कामं आठवणीने पार पाडतो... ऑफिसमधील सगळी कामं कुशलतेने करतो... पण, माझी पत्नी आणि मुलांकडे पाहिलं, तर त्यांच्या सगळ्या वस्तू अस्ताव्यस्त पडलेल्या असतात. माझ्या मित्रांकडे पाहा... अमुक नातेवाइकांकडे पाहा... त्यांची एकही वस्तू जागेवर सापडत नाही. ते माझ्यासारखी कार्यपद्धती का अवलंबत नाहीत? बेशिस्त वागणं मला अजिबात आवडत नाही,' असा विचार करून आपण दुःखी होत असतो.

आपण आपल्या सर्व वस्तू जागच्या जागी ठेवता, सगळी कामं आठवणीने करता, ही तर चांगलीच गोष्ट आहे! पण विचार करा, अद्याप असं कोणतं क्षेत्र आहे, जिथे आपण असं करू शकत नाही? 'मला तर असं कोणतंच क्षेत्र दिसत नाही,' असंच यावर आपण म्हणाल. परंतु थोडासा विचार करा, 'आपण आपल्या मनरूपी कपाटात आपल्या विचारांना योग्य ठिकाणी ठेवू शकला आहात का? आपण आपली सर्व कामं नियोजनानुसार करू शकता का? आपण आपल्या प्रकृतीकडे नियमितपणे लक्ष देऊ शकता का? आपल्या धन-संपत्तीचा योग्यरीत्या विनियोग करत आहात का? आपल्या सामाजिक जबाबदाऱ्या प्रामाणिकपणे निभावू शकला आहात का?'

जेव्हा आपण याचा शोध घ्याल, तेव्हा लक्षात येईल, शरीर प्रकृतीसाठी आवश्यक असणाऱ्या आहार, विहार आणि व्यायामाबाबत आपण किती बेजबाबदार आहोत. आपल्या मनात सदैव विचारांचा गुंता असतो. ऑफिसातील चिंतांचा गुंता आपण घरी सोडवण्याचा प्रयत्न करतो, तर कौटुंबिक समस्या आपण ऑफिसात बसून सोडवू इच्छितो. पैशांचा योग्य विनियोग तर करूच शकत नाही. तसंच, एखाद्या परिचित इसमाने सांगितलेलं सामाजिक कार्यही आपण संकट समजून ते टाळण्याचाच प्रयत्न करत असतो.

आपण जर इतक्या बाबतीत निष्काळजी असाल आणि आपली मुलं जर एक-दोन कामांतच निष्णात नसतील, तर त्यांच्यावर इतका राग का? ती तर आपलं प्रतिबिंब (आरसा) आहेत. आपण किती ठिकाणी अशा चुका करत असतो, हे आपल्याला दाखवण्यासाठी ते निमित्त आहेत.

त्यानंतर आपल्याला याची जाणीव होऊ लागेल, की पत्नी-मुलं, मित्र-नातेवाईक हे जर आपल्या अपेक्षेनुसार वागत नसतील, तर त्यांच्यावर रागावण्याऐवजी आधी आपण आपल्या अंतरंगात डोकावलं पाहिजे. 'मी स्वतःदेखील प्रत्येक बाबतीत आपल्या अपेक्षांनुसार वागतो आहे की नाही?' यावर चिंतन करायला हवं.

आपल्याला वाटत होतं, की 'प्रत्येक क्षेत्रात मी निष्णात, तरबेज आहे.' पण थोडासा शोध घेतल्यानंतर आपल्याला समजू लागेल, आपले भाव, विचार, वाणी आणि क्रिया यांच्या बाबतीत आपण परिपूर्ण नाही; त्यांच्यात ताळमेळ, एकरूपता नाही. त्याचबरोबर शारीरिक, मानसिक, आर्थिक, सामाजिक, आध्यात्मिक क्षेत्रांतसुद्धा परिपूर्ण नाही. अशा वेळी सतत इतरांबाबत कुरबुरी करत राहणं बंद करायला हवं, कारण हेच तर आपल्या दुःखाचं सगळ्यात महत्त्वाचं कारण आहे, हे आपल्या लक्षात येईल. आपले भाव, विचार, वाणी आणि क्रियांमध्ये एकरूपता साधल्यानेच आपण परिपूर्ण आणि समृद्ध जीवन जगू शकतो. जेव्हा आपले भाव वेगळे, विचार आगळे, शब्द काही निराळेच आणि क्रिया भलतीच असते, तेव्हा आपण खंडित आयुष्य जगत असतो. हे तुकड्या-तुकड्याचं आयुष्यच दुःखाचं कारण ठरत असतं. मनुष्याला जर त्याच्यातील अज्ञानाची जाणीव करून दिली, तर तो या दुःखद भावनांतून मुक्त होऊ शकेल.

सुखी जीवनाचे पासवर्ड

आयुष्यात ज्या घटना आपणास दुःखद वाटतात, त्यांच्याकडे आपण जुन्याच नजरेने पाहत राहिलात, तर त्या तेच फळ देतील, जे आजपर्यंत देत आल्या आहेत. याचा अर्थ स्पष्ट आहे - त्या घटनांची पुनरावृत्ती झाल्यास आपल्याला दुःखच भोगावं लागेल. परंतु जेव्हा आपले ज्ञानचक्षू उघडू लागतात, तेव्हा दुःखाचं कारण एक एक करून प्रकाशझोतात येऊन ते उलगडू लागतं. त्यानंतर ज्या घटनांमुळे आपल्या काळजाला ठेच लागत होती, त्याच आता आपल्या परमानंदाचं कारण ठरू लागतात. जे लोक आधी आपल्यासाठी त्रासदायक ठरत होते, तेच आता आपले सखे-सोबती बनू लागतात. असं जेव्हा आपल्यासोबतही घडू लागेल, तेव्हाच आपल्या आयुष्यात सुखी जीवनाचा सातवा पासवर्ड कार्यरत होऊ लागला आहे, असं समजता येईल.

अध्याय १८
सुखी जीवनाचा आठवा पासवर्ड

मनुष्य आपला आनंद एकतर भूतकाळात शोधत असतो अथवा भविष्यात. कोणी म्हणेल, 'माझा आनंद तर भविष्याच्या गर्भात दडलेला आहे. भविष्यात जेव्हा माझ्या नियोजनाप्रमाणे या या घटना घडतील, तेव्हाच माझ्या आयुष्यात आनंद असेल.' कोणी म्हणेल, 'सध्या जे घडतंय, या वर्तमानातच माझा आनंद सामावलेला आहे. वर्तमानात माझ्याकडे जे आहे, त्यातच मला आनंद आहे.' तर तिसरा म्हणेल, 'जे घडून गेलंय, त्यातच मला आनंद होता.'

आता आपण स्वतःला विचारा, 'आपला आनंद कशात आहे?'

आपण भविष्यात जे पाहू इच्छिता, त्यात आपला आनंद आहे का?

जे घडून गेलंय, जे हरवून बसलोय, त्यात आपला आनंद होता का?

अथवा सद्यःस्थितीत आपल्या आयुष्यात जे प्रकटतंय, त्यात आपला आनंद सामावलेला आहे?

आता स्वतःलाच प्रश्न विचारा, 'या तिन्ही अवस्थांपैकी मी कुठे आहे? माझा आनंद नेमका कुठे आहे?' हे निश्चित होणं अत्यंत आवश्यक आहे. आपला आनंद जर भविष्यात दडलेला असेल, किंवा आपला आनंद घडून गेलेल्या भूतकाळात सामावलेला असेल, तर आपल्या दृष्टीने वर्तमानाची किंमत ती किती? दोन दमड्यांची?

दोन रुपड्यांची! परंतु सत्य याच्या अगदी उलट आहे.

भूत-भविष्याचा विचार मनुष्याला नेहमी वेदना देत असतो. मनुष्याला भूतकाळामुळे जितका त्रास होतो, तितकंच भविष्याबाबतही भय वाटत असतं. भविष्याच्या चिंतेमध्ये तो आपला वर्तमान हरवून बसतो. खरंतर वर्तमानात राहूनच आनंद प्राप्त केला जाऊ शकतो. मात्र मनुष्य भविष्याबाबत असा गटांगळ्या खात असतो, जसं 'अजून माझ्या लग्नाचा पत्ताच नाही... मागच्या वेळी लग्न ठरता ठरता राहिलं... माझं लग्न होणार की नाही, काही कळत नाही... मनासारखी नोकरीही मिळत नाहीये... मागच्यावेळीसुद्धा मला नोकरी मिळू शकली नव्हती... कधी मिळेल काय माहीत... सरकारी नोकरी मिळेल की नाही... काय होईल माझं पुढे... परदेशी जायची संधी मिळेल की नाही... कधी माझं घर होणार, कधी मी माझा बंगला बांधणार... इत्यादी.'

अशा प्रकारे ज्या गोष्टी त्याला मिळालेल्या नाहीत, अथवा ज्या तो आपल्या आयुष्यात प्राप्त करू इच्छितो, त्यांच्याविषयी विचार करूनच तो दुःखी, उदास होत असतो. कोणाला भूतकाळातील घटना आठवून दुःख होत असतं, तर कोणी भविष्याविषयी विचार करून दुःखी होत असतं. उठता-बसता, झोपेत-जागेपणी त्याला केवळ हेच विचार सतावत असतात, त्रस्त करत असतात. त्यामुळे तो दुःखाच्या डोहात डुंबून जातो. मग तेच दुःख त्याच्या आयुष्यात बाधा बनू लागतं. तुमचं मन जेव्हा भूत-भविष्यात धावेल, अशा वेळी स्वतःला याची जाणीव करून द्या, की **'तेव्हाचं तेव्हा पाहू, जेव्हा तेव्हा, आता होईल.' हे वाक्य आपल्याला वर्तमानात घेऊन येईल. हाच आहे सुखी जीवनाचा आठवा पासवर्ड.** या ओळीचा अर्थ आहे- जेव्हाचं तेव्हा म्हणजे जे भविष्याच्या गर्भात आहे, ते कधी न् कधी वर्तमानात येणारच आहे. ते जेव्हा वर्तमानात समोर येईल, तेव्हा त्याविषयी विचार करता येईल.

मनुष्याला कित्येकदा भविष्याचे विचार इतके निराश करतात, की तो वैफल्यग्रस्त होतो, डिप्रेशनमध्ये जातो. वैफल्यग्रस्ततेमुळे त्याच्यात शरीर हत्येचे विचारसुद्धा डोकावू लागतात. त्याचं संपूर्ण आयुष्य दुःख आणि निराशेने घेरलं जातं. मग त्यातून बाहेर पडण्याचा प्रयत्नदेखील त्याच्याकडून होत नाही.

आता आपल्याला स्वतःमध्ये एक नवी सवय विकसित करायची आहे. ज्या गोष्टी आपल्यासाठी घडलेल्या आहेत, त्यांचं आगमन व्हावं असं आपल्याला वाटत

असेल तर त्यांच्यासाठी सदैव वर्तमानात सज्ज राहण्यास आपल्याला शिकायचं आहे. वर्तमानात राहूनच आपल्या उज्ज्वल भविष्यासाठी सकारात्मकतेचं बीजारोपण करता येईल. ज्यामुळे आपलं भविष्यही सुंदर बनेल आणि सकारात्मकतेचं बीज पेरल्यामुळे त्याची फळंही रसाळ, गोमटी प्राप्त होतील. नकारात्मक विचारांना फळू-फुलू दिल्यास अनावश्यक तणच उगवतील म्हणजेच आयुष्यात केवळ दुःखच वाट्याला येईल.

आश्चर्याची गोष्ट म्हणजे, आपला भूतकाळसुद्धा वर्तमानातच सामावलेला आहे आणि भविष्यसुद्धा वर्तमानातूनच प्रकटणार आहे. त्यामुळे आपल्याला नेहमीच वर्तमानात राहायला शिकायला हवं. आपण जितकं वर्तमानात राहाल, तितकंच खुश राहाल. वर्तमानात खुश, आनंदी राहिल्यानेच आपलं भविष्य उज्ज्वल, सुंदर होणार आहे. वर्तमानात राहिल्याने सुख, समृद्धी, निरामय स्वास्थ्य, मधुर नातेसंबंध, उत्साह, स्फूर्ती, संतोष, समाधान इत्यादी गोष्टी आपल्याकडे स्वतःहूनच आकर्षित होऊ लागतील.

लोक म्हणत असतात, 'एखाद्या दिवशी लॉटरी लागेल आणि माझी सगळी स्वप्नं साकार होतील. आम्ही ज्या ज्या गोष्टींचा विचार करतो, त्या सर्व गोष्टी एकेदिवशी प्रत्यक्षात येतील. मग सगळं काही आनंदी आनंद गडे, सगळे एकदम खुश होऊन जाऊ.' जसं, विद्यार्थी असेल, तर तो विचार करतो, काही वर्षांनंतर जेव्हा मी शिक्षण पूर्ण करून चांगली नोकरी मिळवेन, तेव्हा मी खुश, अगदी मजेत राहीन. म्हणजेच त्याचा आनंद भविष्यात दडलेला आहे, पण त्या आनंदाचा पाया हा वर्तमानावरच आधारित आहे. कारण वर्तमानात आपण जसं बीज पेराल, तसंच फळ भविष्यात मिळणार आहे.

मात्र आपण जेव्हा चुकीचं बीज पेराल, तेव्हा त्याची शिक्षाही आपल्याला भोगावीच लागणार आहे. अर्थात, आपण जर नकारात्मक विचारांवरच लक्ष केंद्रित केलं, सदैव भूत-भविष्याचाच विचार करत राहिलात, तर आपल्या जीवनात दुःखच येईल. मनुष्य चुकीचं बीजारोपण का करत असतो? कारण तो वर्तमान क्षणांत जगतच नाही. परंतु वर्तमानात जगत राहिल्याने, वर्तमान क्षणांचा आनंद उपभोगल्यानेच आपण दुःखातून मुक्त होऊ शकतो. ही गोष्ट जेव्हा खरोखरच आपल्या लक्षात येऊ लागेल, तेव्हा आपण वर्तमानातच राहण्याची इच्छा बाळगाल. आपलं मन जेव्हा भूत अथवा भविष्यात धावण्याचा प्रयास करू लागेल, दुःख उगाळत बसेल तेव्हा, 'तेव्हाचं तेव्हा, जेव्हा तेव्हा, आता होईल' हे वाक्य आठवून लगेच वर्तमानात या.

ज्या गोष्टी आपण प्राप्त करू इच्छिता, त्यांच्यासाठी नियोजन केलं, प्रार्थना

केली, तर त्या गोष्टी आपणाकडे येण्यास प्रारंभ होईल. मग पुन्हा त्यावर जास्त विचार करण्याची काहीही आवश्यकता भासणार नाही. आपण जर दररोज तोच तो विचार करत असाल, तर वर्तमानात जगत नाही असाच याचा अर्थ होतो. जे करण्यायोग्य कर्म होतं, ते आपण केलं आहे, वर्तमान क्षणात विश्वासाचं बीज रोवलं आहे, तेव्हा जे हवंय, ज्याची इच्छा आहे, त्याचं आगमन स्वतःहूनच होऊ लागेल हा विश्वास बाळगा. हे आश्चर्य आपल्याला वर्तमानात राहूनच अनुभवायचं आहे.

वर्तमानातच समृद्धी, संतुष्टी, सुख, प्रेम, आनंद, शांती आहे. वर्तमानात राहिल्याशिवाय आपण आनंदघन प्राप्त करू शकत नाही. म्हणूनच सुखी जीवनाचा आठवा पासवर्ड आत्मसात करून वर्तमानात राहण्याचा सराव सुरू करा.

खंड 3

दुःख, अशांती यांचे कुलूप

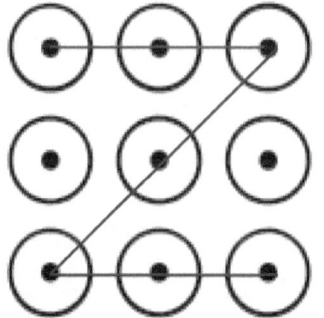

अध्याय १९

ईश्वरापासून विभक्त होणं हेच दुःख आहे

मनुष्याच्या दुःखास कित्येक कारणं असतात. दुःखाचं **पहिलं कारण आहे, ईश्वरापासून विलग होणं, व्यक्ती बनणं.**

ईश्वरापासून वेगळं होणं, व्यक्ती बनणं, या वाक्यावर जर आपण सखोल मनन केलं, तर याचा अर्थ स्पष्ट होईल. ईश्वरापासून वेगळं होणं म्हणजे त्याचं विस्मरण घडणं आणि व्यक्ती बनणं म्हणजे स्वतःला वेगळं व्यक्तिमत्त्व समजणं. इथे ईश्वराचा अर्थ एखाद्या मूर्तीशी निगडित नाही, तर ईश्वराचा अर्थ आहे- स्रोत, स्वानुभव, सेल्फ, स्वसाक्षी जो प्रत्येकाच्या अंतरंगात दडलेला आहे. ज्याच्या अस्तित्वामुळेच विश्वाची निर्मिती झाली आहे. मनुष्य आपला मूळ स्वभाव विसरल्याने सर्व दुःखांना आमंत्रित करून ते भोगतो. मग 'स्व'चा विसर पडल्यामुळे त्याच्या आयुष्यात उलथापालथ होऊन जाते.

ईश्वरापासून वेगळं होणं, व्यक्ती बनणं हीच दुःखाची खरी सुरुवात आहे. हा खुद (khud) शब्द जर उलटा केला, तर दुख (dukh) असा शब्द बनतो. मनुष्याच्या दुःखाचं आद्य कारण तो स्वतःच (khud) आहे; परंतु ही गोष्ट मान्य करायला तो सहसा तयार होत नाही. 'माझ्या दुःखाचं कारण काहीतरी भलतंच, कोणीतरी इतरच आहे,' अशीच तक्रार तो नेहमी करत राहतो. परंतु त्याने जर आपल्या तक्रारीकडे लक्ष दिलं, तर त्याच्या तक्रारीमध्येच तिचं उत्तर दडलेलं आहे. दुःखाचं खरं मूळ कारण तर तो स्वतःच

आहे, हे त्याला समजू शकेल. पुढे दिलेल्या उदाहरणाद्वारे हे समजून घेण्याचा प्रयत्न करू या.

राजूने आपल्या वडिलांना सांगितलं, "आज गुरुजींनी मला खूप मारलं."

त्यावर त्याचे वडील म्हणाले, "नक्कीच तू शाळेत काहीतरी खोड्या केल्या असतील."

राजूने लगेच उत्तर दिलं, "मी काहीही खोड्या केल्या नाहीत, उलट मी तर वर्गात शांतपणे आपल्या बेंचवर डोकं ठेवून झोपलो होतो."

यावरून आपल्या लक्षात आलं असेल, की राजूच्या तक्रारीमध्येच त्याचं उत्तर दडलेलं आहे. वर्गात जर कोणी झोपलेलं असेल, तर शिक्षक त्याला मारणार नाहीत तर आणखी काय करणार?

एका हॉटेलमध्ये पार्टी सुरू होती. एका महाशयांनी पाहिलं, की एक लठ्ठ, जाड स्त्री दरवाजातून आत येताना मध्येच अडकली आहे. ते पाहून आपल्या शेजारच्या इसमाला खुणावत म्हणाला, "ही अवजड, कृष्णसुंदरी कोण आहे, जी दरवाजात अडकलीय?"

त्या महिलेला पाहून शेजारचा तो मनुष्य शुष्क स्वरात म्हणाला, "ती माझी पत्नी आहे."

हे ऐकून तो सज्जन गृहस्थ वरमला आणि घाबरून म्हणाला, "क्षमा करा, माझ्याकडून चूक झाली."

यावर तो शेजारचा मनुष्य म्हणाला, "चूक तुझ्याकडून नाही, तर माझ्याकडून झालीय. मित्रा तू कशाला उगीचंच स्वतःला त्रास करून घेतोस?"

हा काही विनोदी चुटका नाही, तर ही (सत्याची) वास्तविक विचारपद्धती आहे, जी समजून घेणं, ही सध्याच्या दुःखी समाजाची गरज आहे. मनुष्य जेव्हा दुःखाच्या कारणाचा शोध घेऊ लागतो, तेव्हा त्याला समजू लागतं, की आपण स्वतःच आपल्या दुःखास कारणीभूत आहोत. परंतु दुःखाचं मूळ कारण समजून घेतल्याशिवायच 'लोकांनी सुधारायला हवं... इतरांनी बदलायला हवं... शेजाऱ्याने सत्संगात जायला

हवं... शिबिर करायला हवं... तरच मी दुःखातून मुक्त होऊ शकेन...' असाच विचार तो नेहमी करत राहतो.

एका शिक्षकाने आपल्या खोडकर विद्यार्थ्याला म्हटलं, ''मला एकदा तुझ्या वडिलांना भेटावं लागेल.''

यावर त्या विद्यार्थ्याने लगेच उत्तर दिलं, ''नक्की भेटा, माझे वडील मेंदूचे निष्णात डॉक्टर आहेत. तुम्ही तर त्यांना नक्कीच भेटायला हवं.''

या चुटक्यामागची विचारपद्धती समजून घ्या. वास्तविक ते शिक्षक त्या विद्यार्थ्याच्या वडिलांना त्याच्यातील कमकुवत बाबींची जाणीव करून देण्यासाठी भेटू इच्छित होते! पण त्या विद्यार्थ्याला वाटलं, शिक्षक आपल्या मेंदूवर उपचार करून घेण्यासाठी त्याच्या वडिलांना भेटू इच्छित आहेत. खरंतर शिक्षक त्याला ज्यावेळी खूप रागावत असत, त्यावेळी त्याला वाटत असे, 'शिक्षकच वेडे आहेत. त्यामुळे ते नेहमी रागावत असतात. म्हणून मला दुःख सहन करावं लागतं.' पण हा शिक्षकांचा वेडेपणा नसून आपल्यातील कमतरतांमुळेच शिक्षक रागावतात, हे त्याच्या लक्षात येत नाही.

या तीन उदाहरणांनी आपल्या लक्षात आलंच असेल, की प्रत्येक मनुष्य आपापल्या विचारसरणीनुसारच दुःख भोगत असतो.

प्रत्येक मनुष्य आपापल्या विचारपद्धतीनुसार दुःखाची कथा रचत असतो, जी त्याला खरीच वाटत असते. परंतु दुःखातून बाहेर पडण्यासाठी त्याने वस्तुस्थिती समजून घेणं आवश्यक असतं. जसं, मुलं आणि त्यांचे पालक यांच्यादरम्यान नेहमीच बेबनाव होताना, खटके उडताना दिसतात. मुलांची इच्छा काही वेगळीच असते, तर आई-वडिलांना काही वेगळंच वाटत असतं. आई-वडील आपल्या मुलांचे लग्नसंबंध जुळवताना जात, धर्म, वर्ण, सांपत्तिक स्थिती, शिक्षण, पदवी अशा कित्येक गोष्टी पाहतात. परंतु या सर्वांत महत्त्वपूर्ण असलेली गोष्ट 'सत्य', त्याकडे मात्र ते दुर्लक्ष करतात. ते कधी या गोष्टीकडे लक्षच देत नाहीत, की बाह्य संपन्नतेबरोबरच आंतरिक सात्त्विकता, नैतिकता आणि चारित्र्याची दृढता आहे की नाही? या साऱ्या गुणांकडे दुर्लक्ष करूनच मनुष्य समोरच्या व्यक्तीला आपल्या अपेक्षांच्या साच्यात बसवू इच्छितो आणि मग अपेक्षाभंगाचं दुःख भोगत राहतो.

याच सद्गुणांच्या अभावाने अज्ञानवश मनुष्य स्वतःच आपल्या आयुष्यात

त्या साऱ्या गोष्टींना आमंत्रित करतो, ज्या दुःख घेऊन येतात. मग त्या दुःखाला तो उत्तेजनसुद्धा देतो. त्यानंतर दुःखाची ही शृंखला सुरू होते. खरंतर तो स्वतःही दुःखात राहू इच्छित नाही; परंतु योग्य समज नसल्यामुळे, तो ते दुःखही भोगत राहतो, जे त्याला दिलेलंच नाही. अशा प्रकारे मनुष्य स्वतःच निर्माण केलेल्या दुःखाच्या जाळ्यात गुंतत जातो. मात्र तो ही गोष्ट समजूच शकत नाही, कोणी समजावून सांगितली तरी मान्य करू शकत नाही. परंतु आता सजग होऊन या स्वनिर्मित दुःखाच्या जाळ्यातून बाहेर पडा आणि आपल्या जीवनात सकारात्मक गोष्टींना आमंत्रित करा.

अध्याय २०

दुःखात राहण्याच्या सवयीला बाय-बाय कर

दुःखाचं दुसरं कारण आहे, मनुष्याची दुःखात राहण्याची सवय! तो या दुःखातून बाहेरच पडू इच्छित नाही. या सवयीमुळे तो आजवर दुःखच उगाळत बसला आहे. एका मजेदार उदाहरणाद्वारे हे समजून घेऊया.

एकदा पतीने खुश होऊन आपल्या पत्नीला सांगितलं, ''मला वेड्यांच्या इस्पितळात नोकरी मिळाली आहे.''

यावर पत्नीने विचारलं, ''तुम्हाला वेड्यांच्या इस्पितळात काम करण्याचा काही अनुभव आहे का?''

उत्तरादाखल पती लगेच म्हणाला, ''नाही, वेड्यांच्या इस्पितळात काम करण्याचा तसा मला काही अनुभव तर नाही; पण गेली तीस वर्षं तुझ्यासोबत राहतोय ना!''

तसं पाहिलं तर आजपर्यंत निसर्गाकडून दुःखप्राप्तीसाठी कोणतीही व्यवस्था करण्यात आलेली नाही. जी काही व्यवस्था करण्यात आली आहे, ती सारी सौख्यप्राप्तीसाठीच, आनंदासाठीच करण्यात आलेली आहे. पण अज्ञान जे करवेल, ते कमीच आहे. ज्ञानप्राप्तीनंतरच मनुष्याच्या हे लक्षात येतं, की आपल्या आयुष्यात जो अस्वीकाराचा गतिरोधक आहे, तोच अडथळा आनंदाला आपल्याकडे येण्यापासून रोखत

आहे. आनंद उपलब्ध आहेच, प्रकाश उपलब्ध आहेच, मात्र त्याला अडवण्यासाठी मनुष्याकडून जी व्यवस्था निर्माण होते, ती नष्ट करायची आहे.

याला असं समजून घेता येईल, अंधारात रात्री दिसावं यासाठी लाईटचं एक बटन असतं. ते बटन दाबताच चारी दिशांना प्रकाश पसरतो. परंतु आजपर्यंत असं एकही बटन बनलेलं नाही, जे दाबून आपण अंधाराची निर्मिती करू शकतो. अंधार करण्यासाठी जसं कोणतंही बटन नसतं. तसंच दुःख आणण्यासाठीही कोणतं बटन नाही. बटन असतं फक्त आनंद प्राप्त करण्याचं, प्रकाश पसरवण्याचं! होय, असं मात्र नक्कीच होऊ शकतं, की हे बटन बंद करून मनुष्य आपल्या जीवनात प्रकाश आणि आनंद येण्यास प्रतिबंध करेल. लोक आपल्या आयुष्यात आनंदाचं आगमन होत असताना तो मध्येच रोखतात. म्हणूनच त्यांच्या जीवनात दुःख आणि अंधकार दाटू लागतो.

प्रत्येक मनुष्य आनंदप्राप्तीसाठी तळमळत असतो. परंतु वास्तवात मनुष्याच्या अंतरंगात नित्यानंदाचा अनुभवच चालला (सुरू) आहे. त्याच्या अंतरंगात सतत आनंदाची लाट विजेसारखी सळसळत असते. परंतु मानवाला आनंदाचं बटन बंद करण्याची जणू सवयच जडली आहे. कारण लहानपणापासून त्याची जडणघडणच तशी झाली आहे. म्हणून यंत्रवत् त्याचा हात नेहमी आनंद रोखण्याचं बटन दाबत राहतो. जसं, झोपेतसुद्धा लोक विजेची बटनं चालू-बंद करत राहतात. त्यांना माहीत असतं की बटन कुठे आहे, त्यामुळे अंधारातसुद्धा त्यांचा हात नेमका त्याच ठिकाणी जातो. तसंच अज्ञानवश लोक दुःखातही दुःखाचंच बटन, म्हणजे प्रकाश अडवण्याचं, आनंद रोखण्याचंच बटन दाबत राहतात. **दुःखप्राप्तीसाठी निसर्गाने कोणतीही रचना केलेली नाही; परंतु दुःखात राहण्याचीच सवय जडल्याने मनुष्य त्यातून बाहेर पडण्यासाठी काहीही करू इच्छित नाही.**

हे असं समजून घेता येईल, जसं एखाद्याला सत्संगाला चल किंवा एखादं चांगलं पुस्तक वाच असं जर सांगितलं, तर सवयीपुढे लाचार असलेला तो मनुष्य म्हणतो, "नाही, आज जमणार नाही. आज मला दूरदर्शनवरची आवडती सीरियल अथवा अमुक एक मॅच बघायची आहे... दिवसभरातील सगळ्या खटपटींनंतर जेव्हा थोडावेळ मी टीव्ही पाहतो, तेव्हा कुठे मला थोडासा विरंगुळा मिळतो. माझ्या दुःखांपासून- त्रासापासून थोडासा दिलासा मिळतो..." इत्यादी. अशा प्रकारे मनुष्याला दुःखात राहण्याची सवय जडली आहे. त्याला केवळ दुःखातून दिलासा हवा असतो, मुक्ती नाही. या सवयीमुळे

तो बेहोशीमुळे तीच ती रुळलेली उत्तरं देत राहतो. एका हवालदाराच्या उदाहरणातून ही गोष्ट आणखी चांगल्याप्रकारे समजून घेऊया.

मध्यरात्रीच्या सुमारास पत्नीने आपल्या हवालदार पतीस झोपेतून जागं केलं आणि म्हणाली, "जरा बघा तरी, काहीतरी आवाज येतोय. मला असं वाटतंय, की घरात चोर घुसलेत."

तेव्हा हवालदार आपल्या पत्नीस म्हणाला, "गुपचूप झोप, मला उगीच त्रास देऊ नकोस. यावेळी मी काही ड्युटीवर नाहीये."

अगदी अशाच प्रकारे दुःख (मानसिक चोर) येईल, त्यावेळी लगेच क्रिया घडायला हवी, मनन व्हायला हवं, शोध तर घ्यायलाच हवा. अशा वेळी कोणतीही टाळाटाळ, कोणतीही बहाणेबाजी करू नये. प्रत्येक युगात मार्गदर्शन उपलब्ध होतं, प्रत्येक काळात शोध घेतला गेला आहे.

शोधाला आपली शक्ती बनवा

बुद्धांना जेव्हा दुःखप्राप्ती झाली, तेव्हा बुद्धांनी कोणती क्रिया केली? त्यावेळी त्यांनी असा विचार केला नाही, 'मी ड्युटीवर आहे की नाही.' तर, असा विचार केला, 'मीदेखील असाच जगणार का? मीसुद्धा कधीतरी असाच व्याधिग्रस्त होणार का? एके दिवशी माझादेखील असाच अंत होणार आहे का? यालाच जीवन म्हणतात का? या सर्व गोष्टींवर काहीतरी उपाय असलाच पाहिजे.' अशा प्रकारचा प्रतिसाद म्हणजे आंतरिक अभिप्राय (आतला आवाज), जो त्यांना त्यांच्या अंतरंगातूनच मिळाला, मात्र तो इतका जबरदस्त होता, की तोच त्यांच्या शोधाची शक्ती बनला.

मनुष्य दुःखाकडे कधी या नजरेने बघतच नाही. खरंतर **मानवाने दुःखालाच आपल्या शोधाची शक्ती बनवायला हवं.** बुद्धांनी जर आपल्या शोधासाठी दुःखालाच आपली शक्ती बनवलं, तर मग आपण असं का करू शकत नाही? कारण मनुष्य आपल्या सवयीपुढे असहाय, विवश, लाचार आहे. मनुष्याला जेव्हा दुःख होतं, तेव्हा तो त्या दुःखापासून मुक्ती मिळवण्याचा मार्ग शोधण्याऐवजी आपल्या सवयीनुसार म्हणत राहतो, 'माझी ही सीरियल पाहण्याची वेळ आहे... ही माझी आराम करण्याची वेळ आहे... ही माझी वृत्तपत्र वाचण्याची वेळ आहे... माझी ही फिरायला जाण्याची वेळ आहे...' सवयीच्या आहारी गेलेला मनुष्य म्हणतो, मी दुःखात असताना शोध

कसा करू? कारण त्याला दुःखातच जगण्याची सवय जडली आहे आणि ज्या गोष्टीची सवय जडते, मनुष्य बेभानपणे त्याचीच पुनरुक्ती करत राहतो.

केवळ या सवयीमुळेच घरात जेव्हा सर्वकाही सुरळीत सुरू असतं, तेव्हाही लोक एकमेकांवर चिडून, भांडणं करून दुःखाला आमंत्रित करत राहतात. मग पुन्हा एकत्र बसून ते तो गुंता सोडवतात. गुंता सुटला, भांडण मिटलं, की मग सगळेजण एकत्र बसून प्रेमाने हॉटेलमध्ये जेवायला जातात. त्यानंतरच सर्वांना बरं वाटतं. इथे लक्षात घ्या, की आधी मनुष्याकडून दुःखाची निर्मिती केली जाते, मग त्यातून मुक्त होण्याचे उपाय शोधत राहतात. कारण मनुष्य दुःखाशिवाय राहूच शकत नाही, त्याशिवाय त्याला चैनच पडत नाही. सवयीमुळे तो विनाकारणच दुःखाला आमंत्रण देत राहतो.

शिवाय मनुष्याला ही दुःखाची सवय काही एका दिवसात जडलेली नसते. लहानपणापासून अवतीभोवतीच्या लोकांकडून त्याला असं प्रशिक्षण दिलं गेलेलं असतं. त्यानंतरच त्याला ही दुःखाची सवय जडली जाते. दुःखाची सवय जडण्यासाठी मनुष्याला कधी कधी कित्येक वर्षंही लागतात.

आपल्याला जर या सवयीतून मुक्त व्हायचं असेल, तर ही सवय सोडण्यासाठी आपल्याला किती दिवस लागतील? २००८! १००८! की १०८ दिवस? ही सवय १०८ दिवसांतसुद्धा सुटू शकते. काही लोकांना तर यापेक्षाही कमी कालावधी लागतो. काही गोष्टी तर्कांमध्ये बसत नाहीत, त्यामुळे त्यावर लवकर विश्वास बसत नाही. परंतु जसजशी आपण या गोष्टीची अंमलबजावणी करू लागाल, त्यावर योग्य प्रकारे शोध घेऊ लागाल, तेव्हा पाहता पाहता दुःखात राहण्याची आपली सवय नष्ट झाल्याचं तुमच्या लक्षात येईल.

अध्याय २१

शेजारच्याचं सुख हे आपलं दुःख आहे का

दोन मित्र आपापसांत बोलत होते.

पहिला मित्र – "काय रे, काय झालंय, आज खूप उदास वाटतोस?"

दुसरा – "काय सांगू तुला, काल भारत–पाकिस्तान दरम्यान खेळल्या गेलेल्या क्रिकेट मॅचमध्ये भारताचा पराभव झाला, त्यामुळे मी खूप दुःखी आहे. मी एका नातेवाइकाबरोबर पैज लावली होती, की भारतच जिंकणार; पण माझा अंदाज चुकीचा ठरला."

क्रिकेट मॅचमध्ये जर एखादा देश हरला, तर त्या देशाच्या नागरिकांना त्याचं खूप दुःख होतं. पैज हरल्यानंतर तर लोकांना त्याहूनही जास्त दुःख होतं. आपल्या बाबतदेखील हेच तर घडत नाही ना?

आता जरा सखोल चिंतन करा, की वास्तविक आपल्या दुःखाचं कारण नेमकं काय आहे? पैज हरणं हे दुःखाचं कारण आहे, की आपला अंदाज चुकीचा निघाला, या गोष्टीचं दुःख आहे? आपलं देशप्रेम हे दुःखाचं कारण आहे, की शेजारच्याचं, शेजारच्या देशाचं सुख हे आपल्या दुःखास कारणीभूत आहे?

प्रामाणिकपणे मनन केल्यानंतर आपल्या लक्षात येईल, की कित्येकदा

शेजाऱ्याचं सुख हेच आपल्या दुःखाला कारणीभूत असतं. मनुष्याच्या दुःखाचं तिसरं कारण हेच आहे. शेजारच्याचं सुख म्हणजे इतर कोणाचं तरी सुख. इतर कोणाला तरी सौख्यप्राप्ती होते आहे, हे पाहून मनुष्य दुःखी होतो, त्याचा जळफळाट होतो. मनुष्याला जेव्हा एखादं सुख मिळत नाही, तेव्हा त्याला त्याचं तितकंसं काही वाईट वाटत नाही; पण... शेजाऱ्याला जेव्हा ते सुख मिळू लागतं, तेव्हा मात्र त्याला त्रास होऊ लागतो. शेजाऱ्याच्या सगळ्या सुखांचा जर अंत झाला, तर मनुष्याची पन्नास टक्के दुःखं लगेच नाहीशी होतील. अशा प्रकारे शेजाऱ्यांचं सुख लोकांमध्ये तिरस्काराची भावना जागृत करत असतं.

जी गोष्ट पाहून मनुष्य तिरस्कार करतो, ती गोष्ट त्याच्याकडे कधीही येत नाही. हा निसर्गाचा अभेद्य असा नियम आहे. शेजाऱ्याचा आनंद पाहून जर आपल्यामध्ये तिरस्काराची भावना जागृत होत असेल, तर आपल्या जीवनात कधीही आनंदाची निर्मिती होऊ शकणार नाही. शेजाऱ्याचा आनंद पाहून जर आपण सुखावत असाल, तर आपल्या आयुष्यात नक्कीच आनंदाचं आगमन होईल, हे निश्चित. पुढे दिलेल्या उदाहरणाद्वारे हे समजून घेऊ.

नफरतीलाल नामक मनुष्य जेव्हा कधी पैसे कमावण्यासाठी घराबाहेर पडतो, तेव्हा त्याच्यामागे रेडा लागतो. असं का बरं होत असावं? याचंच सतत त्याला आश्चर्य वाटत राहतं, तो विचार करतो, 'मी जेव्हा इतर कोणतं काम करण्यासाठी निघतो, तेव्हा तर रेडा माझ्यामागे लागत नाही. पण, मी जेव्हा जेव्हा पैसे कमावण्यासाठी, संपत्ती मिळवण्यासाठी बाहेर पडतो, नेमकं त्याचवेळी रेडा माझ्या मागे का लागतो?' नफरतीलालने यामागील कारणांचा सखोल शोध घेतला. शेवटी त्याने आत्मपरीक्षण केलं आणि त्याला समजलं, की आपल्यातील विचारच सगळ्या गोष्टींचं मूळ आहे.

याला असं समजून घेता येईल. नफरतीलाल जेव्हा पैसे कमावण्यासाठी घराबाहेर पडत असे, तेव्हा त्याच्या मनात विचार येत, 'शेजाऱ्याने चारचाकी घेतलीय, मी तर अजून दुचाकीसुद्धा घेऊ शकलो नाही... अमक्या मनुष्याने बंगला बांधलाय, मला तर अजून स्वतःचा फ्लॅटसुद्धा घेता येत नाही... शेजाऱ्याला भेटण्यासाठी श्रीमंत आणि प्रतिष्ठित पाहुणे

येतात, माझी प्रतिष्ठा वाढवण्यासाठी कोणीच येत नाही...!'

नफरतीलाल जेव्हा असा विचार करत असे, तेव्हा तो पितळ म्हणजे दुःखी बनत असे आणि तिरस्कारामुळे, क्रोधाने त्याचा जळफळाट होत असे. आता जर असं झालं तर रेडा मागे लागणारच ना! लाल रंग पाहून तर रेडा मागे येतोच.

समस्या गमतीदार असली तरी कारण गंभीर आहे, हे या उदाहरणातून आपल्या लक्षात आलं असेल, की ज्या गोष्टीसाठी मनुष्य इतरांचा तिरस्कार करतो, त्या गोष्टीचं त्याच्या आयुष्यात कधीही पदार्पण होत नाही. या तिरस्कारामुळेच तो पूर्णपणे नकारात्मक भावनांनी भरून जातो. नकारात्मक भावना नकारात्मकतेलाच आकर्षित करते. अशा प्रकारे लाल रंग (नकारात्मक भावना) पाहून रेडा (नकारात्मक परिणाम) वेळोवेळी मागे लागतो.

ज्या मनुष्यामध्ये तिरस्काराचे भाव आहेत, त्याला इतर कोणत्याही शत्रूची गरजच नसते. त्याच्या दुःखासाठी केवळ त्याच्यातील तिरस्कारच पुरेसा असतो. इतरांविषयी आपल्या मनात तिरस्काराचं पोषण करून मनुष्य कळत नकळत स्वतःशीच शत्रुत्व पत्करतो.

मात्र, आपल्याला स्वतःचा शत्रू बनायचं नाही. अजाणतेपणी मनुष्य इतरांच्या सुखाचा तिरस्कार करून स्वतःच्याच सुखाला प्रतिबंध करत असतो. म्हणून, तिरस्काराला जाणिवेच्या मशालीने भस्मसात करायला हवं. तिरस्कार हे आनंद रोखण्याचं बटन आहे. **ज्या दिवशी आपण इतरांच्या आनंदात आनंद मानण्याची सवय स्वतःला लावून घ्याल, त्याच दिवशी आपल्या आयुष्यात प्रत्येक सुखाचं आगमन होत आहे, आपला आनंद वृद्धिंगत होत आहे, हे पाहू शकाल.**

तिरस्काराची भावना मनुष्याला पितळ बनवते. म्हणून मनुष्यात सामावलेला तिरस्कार मुळापासून नष्ट व्हायला हवा. अन्यथा एखादा आपल्या शेजाऱ्याचं वरवर कौतुक करेल, की 'माझ्या शेजाऱ्याकडे कार आहे, बंगला आहे, गाडी आहे, त्यामुळे खूप आनंदात आहे.' मात्र आतल्याआत तो कुढत राहतो, तेव्हा असा व्यवहार त्याला पितळ बनवतो, चुंबक नाही. जे मॅग्नेट बनतात, चुंबक बनतात त्यांच्याकडे आनंद आकर्षित होतो. जे पितळ बनतात, त्यांच्यापासून आनंद दूर पळतो.

शेजाऱ्याच्या आनंदाने आपण जेव्हा आनंदी व्हायला शिकाल, तेव्हा आनंद आपल्यापासून यत्किंचितही दूर नाही, हे जाणवेल.

त्यासाठी सर्वांत आधी आनंदावर लक्ष केंद्रित करा. एखादी गोष्ट जर आपल्याला दिसत असेल, तरच ती आपल्याकडे येऊ शकते. ती जर दिसतच नसेल, तर आपल्याकडे येणार कशी? इथे एक निखळलेली कडी आहे, ती नीट समजून घ्या. **एखाद्या गोष्टीकडे जर आपण आनंदाच्या नजरेने पाहत असाल, तर ती गोष्ट आपल्याकडे येण्यासाठी तिला प्रोत्साहित करत असतो, बळ देत असतो. मात्र आपण जर तिच्याकडे दुःखद नजरेने पाहत असाल, तर ती गोष्ट आपल्याकडे येण्याच्या मार्गामध्ये अडथळे निर्माण करत असतो, बाधा बनत असतो**. आयुष्याचा नियमही हाच आहे, की एखाद्या गोष्टीकडे दुःखद नजरेने पाहिल्यास, ती गोष्ट आपल्याकडे येत नाही. सुखाला दुःखाच्या नजरेने पाहाल, तर ते आपल्याकडे फिरकणारही नाही. कारण सुखाला वाटत असतं, की 'आपण त्याच्याकडे आनंदाने पाहावं.' सौख्यप्राप्तीचा हाच नियम आहे, की **सुख पाहून हर्षभरित व्हायला प्रारंभ करा.** मग ते सुख कोणाचंही असो, शेजाऱ्यांचं असो, मित्रांचं असो, नातेवाइकांचं असो अथवा एखाद्या अनोळखी इसमाचं असो. एखाद्या प्रसन्न माणसाला पाहून आपण जर आनंदी व्हायला प्रारंभ केला, तर ते सुख, तो आनंद आपल्या आयुष्यात आणण्यासाठी उचललेलं ते एक दमदार पाऊल असेल.

आपल्या अवतीभोवती जे काही चांगलं घडत असेल, त्याचं निरीक्षण करण्याची सवय स्वतःमध्ये विकसित करा. दूरदर्शनवरील मालिका पाहतानासुद्धा कोणतं पात्र आनंदी आहे, हेच पाहा. होय, हे खरं आहे, की मालिकांमध्ये तुरळकच पात्रं आनंदी दिसतील; परंतु जितकी दिसतील, त्यांच्यावरच आपलं लक्ष केंद्रित करा.

मनातल्या तिरस्काराच्या भावनेला हद्दपार करून आपलं लक्ष आनंदी लोकांवर केंद्रित केलं तर आपल्याला आनंदाची चाहूल लागू शकेल. आनंदप्राप्तीचं हे सहज-सुलभ रहस्य आहे, **'सर्वोत्तम पाहा, सी-ग्रेट इज सीक्रेट.'**

अधून-मधून जेव्हा कधी वेळ मिळेल, तेव्हा आपल्या अवतीभोवती जे काही उत्तम घडत आहे, त्याकडे पाहा. अशा प्रकारे आपल्या सभोवतालच्या लोकांचा आनंद पाहा आणि त्याची जाणीव स्वतःला होऊ द्या, तो अनुभवा.

आपण जेव्हा लोकांविषयी आस्था, मंगलकल्याणाची भावना बाळगाल, त्यांच्यासाठी प्रार्थना कराल, त्यांच्या सुखात सुख मानाल, त्यांच्या आनंदाने आनंदी व्हाल, तेव्हा त्या भावनांच्या प्रभावाने आपल्या आयुष्यातदेखील तो आनंद निश्चितच प्रवेश करेल.

नकारात्मक विचार बदला

तिरस्कार आणि नकारात्मक विचारांमुळे नको असलेल्या गोष्टीही आयुष्यात मुंगीच्या पावलांनी येऊ लागतात. त्यामुळे या गोष्टी हळूहळू त्याच्याकडे सरकू लागल्या आहेत, हे मनुष्याच्या लक्षातच येत नाही. नकारात्मक गोष्टींकडे तो जितकं अधिक लक्ष देईल, तितक्याच सहजपणे नकारात्मक गोष्टी, घटना त्याच्या आयुष्यात शिरकाव करू लागतात. मग मनुष्य विचार करत राहतो, 'अरे, मी तर असा कधी विचारही केला नव्हता, मग हे इतकं वाईट माझ्याबाबत कसं काय घडलं?' खरंतर त्याला हे ठाऊकच नसतं, की त्याने एक दिवस बसून हा सगळा विचार केलेला नसतो, तर वर्षानुवर्षे नकारात्मक विचार करण्याची आणि तसंच पाहण्याची सवय त्याला जडलेली असते. त्यामुळेच शेजाऱ्याचं सुख त्याला नेहमीच त्रासदायक ठरतं. शिवाय जो आनंद त्याच्याकडे येणार होता, तोही ताटकळत उभा असतो. मनुष्याला जेव्हा हे समजतं, तेव्हा तो विचार करतो, 'कदाचित कोणीतरी मला आधीच सांगितलं असतं, तर मी कधीच आनंदात राहायला सुरुवात केली असती. परंतु मी हे जाणत नसल्याने लोकांच्या सुखाकडे आनंदित नजरेनं कधी पाहिलंच नाही. मी माझ्या नकारात्मक विचारपद्धतीमुळे स्वतःच आनंदाचा मार्ग रोखून धरला. म्हणून तर मी लोकांच्या सुखाकडे आनंदित नजरेनं पाहू शकलो नाही. सर्व गोष्टींना दुःखद नजरेनेच पाहत राहिलो; परंतु आता मात्र असं होणार नाही. प्राप्त परिस्थितीत आनंदी राहणं किती महत्त्वाचं आहे, हे आता माझ्या लक्षात येत आहे.'

खरंतर आनंदी लोकांमुळेच हे विश्व चालू आहे. विश्वात आजही काही लोक खुश-आनंदी दिसतात, ही मानवजातीवर खूप मोठी कृपाच आहे. पण जर कोणीही आनंदी दिसलं नसतं, तर लोकांकडे आनंद येण्याचा मार्गच बंद झाला असता. ज्या दिवशी या पृथ्वीतलावर एकही आनंदी माणूस राहणार नाही, त्या दिवशी या पृथ्वीचा अंत झालेला असेल, ही गोष्ट समजून घ्या. लोक तर केवळ अंदाजच वर्तवत असतात, 'अमुक-अमुक तारखेला जगाचा अंत होणार आहे.' परंतु अशा लोकांना हे सांगायला

हवं, की 'अजूनही पृथ्वीवर बरेच आनंदी लोक आहेत. त्यामुळे जगाचा अंत होण्याची कोणतीही शक्यता नाही.'

त्यासाठी आपल्यामध्ये ही समज विकसित व्हायला हवी, की आता आपल्याला शेजाऱ्यांचा आनंद पाहायला शिकायचं आहे. त्याचबरोबर दुःखितांना पाहून, त्यांच्याकडे अशा कोणकोणत्या गोष्टी आहेत, ज्या पाहून ते आनंदी होऊ शकतात, याची जाणीव त्यांना करून द्यायची आहे. कारण मनुष्य नेहमी आपल्याकडे उपलब्ध असलेल्या अथवा आपल्याला सहजासहजी मिळालेल्या गोष्टींकडे दुर्लक्ष करतो, त्यांची किंमत त्याला समजत नाही. मात्र जे आपल्याकडे नाही, त्याचं तो दुःख करत बसतो. म्हणून आता आपली ही जबाबदारी आहे, की आपण प्रत्येकाला त्याची गुणवत्ता, कुशलता, विशेषता, श्रेष्ठता, सौजन्यता यांची जाणीव करून द्यायला हवी.

आनंदी होण्यासाठी केवळ इतकी समज पुरेशी आहे. निसर्गाचा हा सिद्धांत जेव्हा मनुष्याच्या लक्षात येईल, तेव्हा तो आनंदी राहायला सुरुवात करेल. 'आधी माझं अमुक एक काम व्हावं, माझं लग्न ठरावं, निकाल लागावा, मी पास व्हावं, मुलगा व्हावा, घर व्हावं, मोटार घेता यावी, वाढदिवस अथवा वर्षारंभ असावा, मग मी खुश होईन...' असा विचार तो कधीही करणार नाही.

मनुष्याला जेव्हा आनंदरूपी पासवर्डने दुःखाचं कुलूप उघडता येईल, तेव्हा तो आनंदासाठी कोणत्याही सुखद क्षणाची प्रतीक्षा करणार नाही, किंबहुना कोणत्याही परिस्थितीत आनंदीच राहील.

अध्याय २२
दुःखाचं दुःखच दुहेरी दुःख आहे

दुःखाचं चौथं कारण आहे, दुःखाचंही दुःख करत बसणे आणि हेच मनुष्याच्या दुःखाचं सर्वांत मोठं कारण आहे. एका उदाहरणाद्वारे हे समजून घेण्याचा प्रयत्न करूया. त्यामुळे आपल्याला हे समजणं सोपं होईल, की ज्याप्रमाणे सर्कशीत जोकर असणं, ही सर्वसामान्य गोष्ट आहे, त्याचप्रमाणे आयुष्यातही दुःखाचं आगमन ही स्वाभाविक गोष्ट आहे. ही समज प्राप्त झाल्यानंतर मनुष्य दुःखाचं दुःख उगाळणं बंद करून टाकतो. तसंच दुःखाला जगरूपी सर्कशीतील जोकर समजून, त्याकडे पाहून हसायला शिकतो.

आपण जेव्हा सर्कस पाहायला जातो, तेव्हा जोकरला पाहून आपल्याला वाईट वाटतं का? दुःख होतं का? 'अरे! सर्कशीत हा जोकर कशाला आलाय?' नाही, उलट सर्कशीत जोकरला पाहून आपल्याला आनंदच होतो, मजाच वाटते. कारण ही गोष्ट आपल्याला निश्चितपणे माहीत असते, की सर्कस आहे म्हणजे जोकर तर असणारच.

ज्याप्रमाणे सर्कशीत जोकर हा असतोच, त्याचप्रमाणे पृथ्वीवरील या जीवनरूपी सर्कशीत दुःख तर येतच राहणार. यालाच तथाकथित (so-called) दुःख म्हटलं गेलं आहे. सर्कशीतील जोकर पाहून आपल्याला वाईट वाटत नाही, तर **भूमंडलावरील जोकर म्हणजे दुःखाला पाहून आपल्याला वाईट वाटतं का?** मग पृथ्वीवर दुःखाचं आगमन, ही तर सर्वसामान्य गोष्ट आहे, तिचा शोक करत बसू नये. या

जोकरवर कदापि रागावू नये, की 'आम्हाला पाहून हा का हसतो आहे, आमची चेष्टा का करतो आहे?' काही दु:खं आपल्याला पाहून हसत असतात, त्यामुळे आपण त्रस्त होऊ नये.

आता आपल्याला प्रश्न पडेल, की 'पृथ्वीवर दु:ख येणं हे जर स्वाभाविक आहे, तर सुखी जीवनाचा पासवर्ड का शोधायचा?' कारण **मनुष्य ज्याला दु:ख समजत असतो, वास्तविक ते दु:ख नसतंच; ते तर दिखाऊ सत्य आहे, बळ आहे, विकास आहे, जोकर आहे.** तथाकथित दु:खाची ही सर्व वेगवेगळी नावं आहेत. कोणताही एखादा शब्द घेऊन त्यात अडकून, गुंतून राहू नये. मनुष्याबाबत हीच चूक नेहमी घडत असते, तो केवळ एखादाच शब्द धरून बसतो. म्हणूनच 'तथाकथित, आभासी' हा शब्द वापरणं आवश्यक ठरतं. इथे कोणी असा विचार करू नये, की 'पृथ्वीवर जर दु:ख आहे, तर मग आता त्यातून मुक्ती तर शक्यच नाही. त्यामुळे आता असंच रडत-रखडतच आयुष्य जगावं लागेल.' परंतु हे खरं नाही. मनुष्य जेव्हा शोध घेईल, तेव्हा त्याला समजेल, तथाकथित दु:ख उगाळत बसून तो स्वतःच आपल्याकडे येणाऱ्या सकारात्मक गोष्टींना दु:खद भावनांच्या अडथळ्यांद्वारे प्रतिबंध करत आहे.

हीच चूक प्रत्येकाकडून होत आहे. काही लोकांकडूनच जर ही चूक झाली असती, तर कदाचित मनुष्याला वाटलं असतं, की मी चूक करतोय. परंतु अवतीभोवतीचे सर्वच लोक ही चूक करताना दिसतात, त्यामुळे मनुष्याला कधी याची जाणीवच होत नाही, की तो काही चुकीचं करतोय. सर्वांच्या मनात दु:खात दु:खीच व्हायला हवं, हे अगदी खोलवर रुजलं आहे. परंतु सत्य याच्या अगदी उलट आहे, **कमीत कमी दु:खाच्या वेळी तरी आनंदी, हसतमुख राहायला हवं. जेव्हा तथाकथित, दिखाऊ दु:खाचं आगमन होईल, तेव्हा तर निश्चितच हसायला हवं.**

'पृथ्वीतलावर दु:ख येणं ही तर सर्वसामान्य बाब आहे,' याबाबत जेव्हा आपली दृढता वाढेल, तेव्हा आपल्याला हे कठीण वाटणार नाही, तर आपण म्हणाल, 'दु:ख आहे; पण आता मला दु:खाचं दु:ख होत नाही. शरीराला त्रास होऊ शकतो; पण आता त्याचं दु:ख होऊ शकत नाही.' त्रास ही वेगळी गोष्ट आहे आणि दु:ख ही वेगळी गोष्ट आहे. दु:खाचं दु:ख करणं बंद केलं, तर मानव वगळता पृथ्वीवर इतर कोणताही प्राणी दु:खी नाही, हे समजू शकाल.

अज्ञानयुक्त अहंकारापासून स्वतःचा बचाव करा

दुःखाचं दुःख करण्याचं मूळ कारण आहे, मनुष्याचा अज्ञानयुक्त अहंकार. मनुष्य प्रत्येक घटनेनंतर त्यावर अज्ञानवश विश्लेषण करत राहतो. यामुळे त्याच्यातील अहंकाराला ठेच लागते आणि तो दुःखी होतो. तो स्वतःला शरीर समजतो, त्यामुळे वेदनांना दुःख समजतो. तो विचार करतो, 'खरंतर बाहेरचं कारण, बाह्य घटनाच माझ्या दुःखास जबाबदार आहे.' त्यामुळे जेव्हा मनुष्याला एखाद्या गोष्टीने दुःख होईल, तेव्हा त्याने प्रामाणिकपणे स्वतःला विचारलं पाहिजे, की 'मला हे दुःख का झालंय? कुणी अपशब्द वापरले त्यामुळे मला दुःख झालंय? याच शब्दामुळे मला दुःख होतं, की कोणत्याही शिवीने दुःख होतं? मला गाढव म्हटल्यामुळे दुःख झालंय का? जर वाघ म्हटलं असतं, तर दुःख झालं नसतं का? असं जर असेल, तर गाढव आणि वाघ यांच्यात काय फरक आहे? गाढवाचा चेहरा चांगला नाही का? गाढव कोणत्या गोष्टीत कमी आहे? शेवटी दोघेही प्राणीच तर आहेत!'

जसं, एकदा वडील आपल्या मुलास म्हणाले, "तू गाढव आहेस."

यावर मुलगा म्हणाला, "मी गाढव नाही, वाघ आहे."

तेव्हा वडिलांनी हे रहस्य उघड केलं, "तू गाढव असशील किंवा वाघ; पण आहेस तर शेवटी प्राणीच."

इथे केवळ उदाहरणादाखल 'गाढव' हा शब्द वापरला आहे, या मागे जी समज दडलेली आहे, त्यावर लक्ष द्या. या चुटक्यातून समजून घ्या, की मनुष्याला गाढव म्हटल्याने अथवा कोणताही अपशब्द वापरल्याने दुःख का होतं? यामागे नक्कीच काहीतरी कारण असेल. असंही होऊ शकतं, की त्याने आपल्या लहानपणापासून आपल्या अवतीभोवतीच्या लोकांकडून काहीतरी ऐकलेलं असेल, त्यामुळे त्याच्यात काही मान्यकथा, काही ग्रह निर्माण झालेले असतील, की 'गाढव म्हणजे वाईट... गाढव म्हणजे ओझं वाहणारा... गाढव म्हणजे उकिरड्यावर राहणारा...' त्यामुळे अशा मान्यकथांमध्ये अडकूनच मनुष्य दुःख करत बसतो.

मान्यकथा अथवा मनोकल्पना हेच दुःखाचं कारण आहे. कोणी जर यावर सखोल मनन केलं, तर त्याच्या मनात प्रश्न निर्माण होईल, 'माझ्यात गाढवाविषयी अशी कोणती मान्यकथा आहे, ज्यामुळे गाढव म्हटलं की मला वाईट वाटतं? कोणी

जर मला गाढवाचा शेजारी, गाढवाचा बच्चा, अथवा गाढवाचा काका म्हटलं असतं, तर मला इतकंच दुःख झालं असतं का?'

अशा प्रकारे प्रत्येकाने जर आपल्याबाबत घडलेल्या घटनेचं पूर्णपणे विश्लेषण केलं, की दुःखाची सुरुवात नेमकी कुठून होतेय, तर त्याला आपल्या विचारांच्या अगदी विरुद्ध असं उत्तर मिळेल.

जुनं रेकॉर्डिंग जाणीवपूर्वक तोडा

आपण जर सखोल मनन केलं तर आपल्या लक्षात येईल, की प्रत्येक शब्दाशी मनुष्याच्या मनात कोणत्या ना कोणत्या धारणा अथवा भावना निगडित आहेत. प्रत्येक घटनेत जर मनुष्य स्वतःची चौकशी करू लागला, तर त्याला हे ज्ञात होतं, की जेव्हा कोणी शिवी देतं, तेव्हा त्याच्या आतमध्ये वेदनेची तीव्र भावना उमटते. कारण ते शब्द ऐकताच, त्या शब्दाशी निगडित असलेल्या भावना उचंबळून येतात आणि दुःखाला प्रारंभ होतो. म्हणजेच मनुष्याच्या स्मरणशक्तीत, त्याच्या मेंदूत त्या शब्दाशी संबंधित जे जुनं रेकॉर्डिंग झालेलं असतं, ते सुरू होतं. या जुन्या रेकॉर्डिंगवर जाणिवेच्या हातोड्याने प्रहार करावे लागतील किंवा ते डिलीट करावं लागेल. त्या जागी नव्या भावनांचं मुद्रण तयार करावं लागेल. गाढव म्हटल्यानंतरही आपल्या मनात आनंदाचे भाव निर्माण व्हावेत, यासाठी नवं प्रोग्रामिंग, नवी रचना करावी लागेल. किमान आपल्याला दुःखाचं दुःख तरी अजिबात होता कामा नये. अशा प्रकारे आपल्याला जुनी फाइल री-प्लेस करावी लागेल. मात्र हे तेव्हाच शक्य होईल, जेव्हा 'गाढव' या शब्दाबाबत आपण इतका नवा विचार केला असेल, की 'गाढव' हा शब्द ऐकताच आपल्याला हसायला येईल. 'गाढव' हा शब्द ऐकूनसुद्धा आपल्या मनात नकारात्मक भाव आले नाहीत, तर मग आपण म्हणू शकता, 'आता आम्ही या दुःखातून मुक्त झालो आहोत. आता या गोष्टीचा आमच्यावर कोणताही परिणाम होत नाही. आमची फाइल री-प्लेस झाली आहे.'

याचाच अर्थ, आपलं मूळ उद्दिष्ट प्राप्त करण्यासाठीच पृथ्वीतलावर दुःखाच्या माध्यमातून एकप्रकारे संधी निर्माण करण्यात आली आहे, आपली फाइल री-प्लेस करण्यास वाव मिळाला आहे. हीच तर भूमंडळावरील सर्वांगसुंदर अशी व्यवस्था आहे. दुःख येईल, तेव्हाच तर आपण वेगळा, चाकोरीबाहेरचा, नवा काही विचार करू

शकाल. अन्यथा रोज तर आपण दैनंदिन कामकाजा व्यतिरिक्त वेगळा काही विचार करूच शकत नाही.

एखाद्याने जर शिवी दिली, तर ही फार मोठी गोष्ट नाही. पण त्याबरोबर जे दुःखाचे विचार येतात, ते खरं दुःख आहे. दुःखाचं दुःख उगाळणं आपल्या आनंदाला रोखून धरतं. त्यामुळे आपल्याला हे स्पष्टपणे माहीत असायला हवं, की दुःखाचं सावट पडणं ही सर्वसामान्य गोष्ट आहे. मात्र दुःखाचं दुःख कुरवाळत बसणं ही कला फक्त मनुष्यालाच अवगत असते. कोणत्याही पशुपक्ष्याला ती अजून ज्ञात नाही.

जितकं वाट्याला आलंय, तितकंच दुःख भोगा

जितकं दुःख आपल्या वाट्याला आलंय, तितकंच ते भोगा, त्याहून अधिक नाही. एखाद्या दुःखाने जर आपल्याला रडायला येत असेल, तर दोन मिनिटं मनसोक्त रडून घ्या; पण त्यानंतर मात्र पुन्हा पूर्ववत खुले व्हा. जसं, लहान मुलं एका क्षणी एकमेकांशी भांडणं करतात, तर पुन्हा दुसऱ्याच क्षणी ती परस्परांशी खेळू लागतात.

दुःख आलं तर स्वतःला विचारा, 'माझ्या वाट्याला कितीसं दुःख आलंय आणि त्यासाठी किती रडायला हवं?' मग जे काही उत्तर मिळेल, त्यानुसार वेळ निश्चित करून अर्धा तास, एक तास, एक दिवस, दोन दिवस त्रस्त राहा, उद्विग्न राहा. जसं, कोणी एक दिवसाचा उपवास करून घरातील व्यक्तींना सांगतं, 'आज माझा उपवास आहे,' तर मग अशावेळी त्याच्यासमोर कोणी भोजन घेऊन येत नाही. अगदी अशाच प्रकारे तुम्हीसुद्धा कुटुंबीयांना सांगा, 'आज मी दुःखी राहणार आहे,' म्हणजे कुटुंबीय समजून घेतील, की आज यांच्याशी जास्त काही बोलायचं नाही. एक दिवस दुःखी राहिल्यानंतर दुसऱ्या दिवशी आपण पुन्हा पूर्ववत, ताजेतवाने आणि उत्साही व्हाल. मग दुःखाने दुःखी न राहता योग्य ते निर्णय घेऊ शकाल.

वर्षाचे ३६५ दिवस मनुष्य आनंदी राहू शकतो, परंतु आधी त्याला तो ज्या पातळीवर स्थिरावला आहे, तेथून वर उठावं लागेल. अन्यथा प्रत्येक दिवशी आनंदी राहण्याच्या प्रयत्नात तो एक दिवससुद्धा आनंद उपभोगू शकणार नाही. काही लोक वाचाळपणे खूप मोठमोठ्या गप्पा मारत असतात. पण त्यांच्यात क्रियाशून्यता असते. म्हणजे ते त्या वास्तवात उतरू शकत नाहीत. म्हणून आधी काही पावलं उचलायला सुरुवात करा. म्हणजे जितकं दुःख मिळालंय, तितकंच ते भोगा, त्याहून अधिक नाही.

अशा रीतीने वर्षातील ३६५ दिवसांपैकी काही दिवस जरी दुःखात व्यतीत झाले, तरी उर्वरित दिवसांत आपण आनंदी, उत्साही राहू शकाल. वर्षातून १००-१५० दिवस जरी मनुष्य आनंदात राहिला, तरी त्याच्यासाठी ते चांगलं असेल. अन्यथा जे दुःख त्याच्या वाट्याला आलेलंच नाही, त्यापेक्षाही कित्येक पटीने अधिक दुःख भोगत राहिल्याने तो वर्षातून केवळ ८-१० दिवसच आनंदी राहू शकतो. कारण काही मोजके सण, उत्सवाच्यावेळीच तो आनंदी राहतो. म्हणून शहाणपण यातच आहे, की जितकं दुःख मिळालं आहे, तितकंच त्याने भोगावं.

आजवर या पृथ्वीतलावर असे कित्येक मानव होऊन गेले आहेत, जे वर्षातील ३६५ दिवस आनंदी राहात होते. अर्थात, त्यांनी स्वानुभव प्राप्त केला होता. आजही असे पुण्यात्मे या पृथ्वीवर उपस्थित आहेत. ज्या शरीरात स्वानुभव जागृत असतो, त्या शरीरात काही नव्या, विलक्षण, अद्भुत आणि ईश्वरीय गोष्टी विकसित होत असतात. अशा अवस्थेत लोक पूर्णपणे दुःखातून मुक्त होऊन आनंदी जीवन जगत असतात आणि ही अवस्था प्रत्येकालाच प्राप्त होऊ शकते. कारण हेच सत्य आहे, ज्यात तथ्य आहे.

अध्याय २३
ध्येयावरून लक्ष विचलित होऊ नये

पृथ्वीतलावर मनुष्य ध्येय प्राप्त करण्यासाठीच आला आहे. जेणेकरून तो दुःखातून पूर्णपणे मुक्त व्हावा. यातच दुःखाचं पाचवं कारण दडलेलं आहे. मनुष्याचं लक्ष जेव्हा आपल्या लक्ष्यापासून विचलित होतं, तेव्हाच त्याच्या आयुष्यात दुःख येतं. **आपल्या लक्ष्यावरून लक्ष विचलित होणं, हेच मानवी दुःखाचं पाचवं कारण आहे.**

याला असं समजून घेता येईल. मनुष्याच्या विचारांत दोन गोष्टी एकाचवेळी एकत्र राहू शकत नाहीत. जेव्हा तो एका गोष्टीकडे लक्ष देतो, तेव्हा दुसरी गोष्ट थांबून राहते. पहिल्या गोष्टीवरून लक्ष दूर झाल्यानंतरच तो दुसऱ्या गोष्टीकडे वळू शकतो. या नियमानुसार मनुष्याचं लक्ष जेव्हा आपल्या लक्ष्यावरून दूर होतं, तेव्हाच त्याला दुःख दिसू लागतं. अशावेळी मनुष्याने 'आपलं (APNA) ध्येय' काय आहे याचं स्वतःला स्मरण करून द्यावं.

आपलं ज्याला हिंदीत म्हटलं जातं, 'अपना' म्हणजे अ.प.न.आ. (APNA)

अ – अ : याचा अर्थ, आपल्या मनाला अकंप बनवणे.

प – झ : म्हणजे प्रेमन, आपल्या मनाला प्रेमळ, प्रेममय बनवणे.

न – छ : याचा अर्थ आहे निर्मळ, म्हणजे आपल्या मनातून तिरस्काररूपी कचरा काढून टाकणे.

आ – अ : याचा अर्थ आहे अखंड आज्ञाधारी, म्हणजे आपल्या मनाला धैर्यासह आज्ञाधारक बनवणे.

अशा प्रकारे आपल्या मनाला **'अपना'** बनवणं हेच खरं उद्दिष्ट आहे. मन अकंप, प्रेमळ, निर्मळ आणि आज्ञाधारक बनेल, तेव्हाच ते अखंड बनू शकेल. अर्थात त्याच्यातील भाव, विचार, वाणी आणि क्रिया एकरूप होऊ शकतील. अशा अखंड मनासह मनुष्य जेव्हा पृथ्वीवरून जाईल, तेव्हा त्याच्या पुढील प्रवासात तो महानिर्वाण निर्माण, म्हणजे उच्चतम चेतनेच्या स्तरावर कार्य करू शकेल.

मात्र मनुष्य तर भौतिक सुख-सुविधांमध्येच गुंतलेला आहे, त्यातच तो आपला आनंद शोधतोय. आज मनुष्याचं लक्ष आपल्या ध्येयावरून याचसाठी दूर झालं आहे, कारण त्याला वाटत असतं, की पैसा कमावणं हेच त्याचं परम लक्ष्य आहे. पण त्याला हे ठाऊकच नसतं, की पैसा मार्ग आहे, ध्येय नाही; **पैसा हे साधन आहे, साध्य नाही.** लोकांकडून बहुधा हीच चूक होत असते, की ते साधनच साध्य समजून बसतात, पैशालाच ते आपलं ध्येय समजत असतात. पैसा ही सुविधा आहे, सशक्त असा मार्ग आहे, पण ध्येयबिंदू नाही. फक्त करिअर करून, संपत्ती कमावून, लग्न करून, मुलांना जन्माला घालून, त्या मुलांचं करिअर घडवून, त्यांच्या मुलांचा सांभाळ करून मरून जाणं केवळ इतकंच आपलं लक्ष्य नाही. हे ध्येय नाही. आयुष्यात या साऱ्या घटनांबरोबर जर मनुष्याचं मन अकंप, प्रेमन, निर्मल आणि आज्ञाधारक बनत नसेल, तर तो आपलं लक्ष्य प्राप्त केल्याशिवाय म्हणजे दुःखद स्थितीतच या जगाचा निरोप घेईल.

म्हणून आजपासूनच आपण 'अपना' लक्ष्याचा अवलंब करा. इतरांच्या चांगुलपणावर लक्ष केंद्रित करून आपल्या अंतरंगात उत्तम गुणांची जोपासना करा. मग प्रामाणिकपणा हाच आपला चांगुलपणा असेल आणि चांगुलपणा हीच आपली प्रामाणिकता असेल.

आपण जेव्हा आपल्या ध्येयावर लक्ष केंद्रित कराल, तेव्हा स्वतः तर दुःखाश्रूंतून मुक्त व्हालच, शिवाय इतरांनाही दुःखमुक्त करण्यासाठी निमित्त बनाल. मात्र, त्यासाठी आधी आपल्याला ध्येयावर लक्ष केंद्रित करावं लागेल.

मनुष्याची नजर जेव्हा आपल्या लक्ष्यावरून दूर होते, तेव्हा त्याला दुःख दिसायला सुरू होते.

जसं, लहान मुलांना खेळताना, उड्या मारताना पाहून आई-वडिलांना खूप आनंद होतो. मग काही वेळानंतर आई-वडिलांचं लक्ष जेव्हा मुलावरून दूर होऊन अवतीभोवती पडलेल्या केरकचऱ्याकडे जातं, तेव्हा ते दुःखी होतात. तसंच, आयुष्यात 'आपल्या लक्ष्या'वरून नजर हटली, की मनुष्याला दुःख दिसू लागतं. म्हणून **आपली नजर सतत आपल्या लक्ष्यावरच ठेवा.** आपण स्वतः दुःखमुक्त झाल्यानंतरच इतरांसाठी योग्य प्रकारे निमित्त बनू शकाल.

सकारात्मक चुंबक बना

आजच्या आधुनिक युगात टीव्ही, इंटरनेट, वृत्तपत्रं, मीडियावाले हिंसा आणि गुन्हेगारी यांच्या त्याच त्या घटना वारंवार दाखवून लोकांना अपराध करण्यासाठी प्रवृत्तच करत असतात. त्यांना वाटतं, की अशा कार्यक्रमांद्वारे ते समाजातील हिंसा आणि अत्याचार थांबवू शकतील; परंतु असे कार्यक्रम पाहून लोक आणखी भ्रमित होतात.

निसर्गाचा नियम आहे, '**ज्या गोष्टीकडे लक्ष द्याल, ती वाढेल.**' मग मनुष्याला हे ठरवावं लागेल, की त्याने आयुष्यात कोणत्या गोष्टीला महत्त्व द्यायचं आहे. मनुष्य जर मोहमायेकडे आकर्षित झाला, तर तो आपल्या लक्ष्यापासून दुरावला जाईल. ज्याप्रमाणे गुणांचं दर्शन घडवून, चांगल्या गोष्टींवर लक्ष केंद्रित करून सद्गुण वाढवले जाऊ शकतात, त्याचप्रमाणे टीव्ही आणि वृत्तपत्रांतून गुन्हेगारी घटना दाखवून, त्यांचं वर्णन करून एकप्रकारे अपराधांनाच प्रोत्साहन दिलं जातं. मनुष्य त्याच त्या नकारात्मक घटना पाहून नकळत त्यांच्याकडे आकर्षित होतो. शिवाय कोणी जर वर्षानुवर्षे असं करत असेल, तर त्याला पितळ म्हणजे दुःखी बनण्यास वेळ लागणार नाही. म्हणून आधी स्वतः सकारात्मक चुंबक बना. म्हणजे प्रत्येक घटनेकडे आनंदाच्या नजरेने पाहायला शिका.

सकारात्मक चुंबक बनण्यासाठी सर्वांत आधी आपल्याला दुःखी होणं बंद करावं लागेल, तसंच मनाला 'अपना' बनवावं लागेल. मात्र लोक दुःखी होऊन समस्येतून मुक्त होण्याचा प्रयत्न करत असतात. परंतु समस्या मुळापासून पूर्णपणे नष्ट होत नाही.

मग कालांतराने ती पुन्हा आपलं मूळ रूप धारण करते. समस्येला समूळ नष्ट करण्यासाठी आधी आपल्याला आनंदाचा चुंबक बनावं लागेल. आनंदाचा चुंबक बनून आपल्याला स्वतःचं तसंच इतरांचंही दुःख दूर करावं लागेल.

आपल्या मनाला निर्मळ केल्याने आपण आपोआपच आनंदाचा चुंबक बनू शकाल. आपल्या दैनंदिन जीवनात मनात साठलेला कचरा साफ करण्याची, म्हणजे मनाला निर्मळ, प्रेमळ, अकंप बनविण्याची संधी मिळत असते. शिवाय ही संधी दररोज घडणाऱ्या घटनांद्वारे आपणास मिळत असते.

जसं, एखाद्या टाकीत भरलेलं पाणी वरून पाहिल्यानंतर स्वच्छ दिसत असल्याने पाणी स्वच्छ आहे, असं वाटू शकतं. पण जेव्हा ते पाणी ढवळलं जातं, तेव्हा पाण्याच्या तळाशी बसलेला गाळ वर येतो आणि सगळं पाणी गढूळ होऊन जातं. तेव्हा मनुष्याला समजतं, की वास्तवात हे पाणी स्वच्छ नव्हतंच मुळी. त्याला स्वच्छ करण्यासाठी हा गाळ काढणं गरजेचं होतं, त्यानंतरच खऱ्या अर्थाने पाण्याला स्वच्छ-निर्मळ म्हणता येऊ शकेल.

अगदी अशाच पद्धतीने मनुष्याच्या आयुष्यात जेव्हा कोणतंही दुःख नसतं, सर्व काही मनासारखं घडत असतं, तेव्हा वास्तविक गाळ तळाला बसलेला असतो. अशा अवस्थेत मनुष्य म्हणतो, 'माझं जीवन तर स्वच्छ आहे, माझं मन तर अगदी स्वच्छ-निर्मळ आहे.' पण तो खूप मोठ्या गैरसमजात वावरत असतो. मात्र आपल्याला या गैरसमजात राहायचं नसून, तळाला बसलेल्या गाळाकडे दुर्लक्ष करायचं नाहीये. दुःखद घटनांच्या वावटळीत सर्व कचरा दृष्टिपथात येतो, सगळा गाळ ढवळून निघतो. म्हणून अशा घटनांना आपल्यातील कचरा, गाळ काढून टाकण्यासाठीची संधी बनवायला हवी.

हा कचरा काढून टाकण्यासाठीच तर आपण या पृथ्वीतलावर आलो आहोत. पृथ्वीवर यासाठीच तर मनुष्याला वेळ आणि संधी दिली गेली आहे. मनुष्याला जी आयुर्मर्यादा दिली गेली आहे, त्याच्या एकचतुर्थांश भागातच खरंतर ही अस्वच्छता निघू शकते. याचाच अर्थ मनुष्याला चौपट जास्त वेळ दिला गेला आहे. परंतु मनुष्य यावर कधी कामच करत नाही. योग्य समज नसल्याने त्याच्या अंतरंगात साठलेला विकाररूपी कचरा तसाच राहून जातो. म्हणून प्रत्येक संधीवर काम करण्यासाठी आपल्या मनाला निर्मळ, प्रेमळ, अकंप आणि आज्ञाधारक बनवणं आवश्यक आहे.

दूरदृष्टी बाळगा, लक्ष्यप्राप्ती करा

मनुष्य जर आपल्या मनाला 'अपना' बनवू शकला, तर खऱ्या अर्थाने हीच त्याची धनसंपदा असते. तिच्यासमोर बाकीची सर्व धनदौलत कुचकामी- फिकी असते. ज्यांनी आपलं लक्ष्य 'अपना' बनवलं आहे, तेच खऱ्या अर्थाने संपूर्ण सफल आहेत. बहुधा लोकांना प्रत्येक वेळी त्यांचं कौतुक होताना अथवा त्यांना उच्चपद, प्रतिष्ठा, सन्मान, बंगला, गाडीचा लाभ होताना दिसत नाही. म्हणून त्यांच्या बाह्यजीवनाकडे पाहून लोकांना आपण 'आपलं लक्ष्य' प्राप्त करावं, अशी प्रेरणा मिळत नाही. पण ज्यांच्याकडे दूरदृष्टी असते, तेच सांगू शकतात, की भविष्यात हेच उपयुक्त ठरणार आहे.

मात्र मनुष्याचा अशा गोष्टींवर लवकर विश्वास बसत नाही. जे दिसतं त्यावर विश्वास ठेवणं यात विशेष असं काही नाही, असं तर कोणाच्याही बाबतीत घडू शकतं. पण जे अदृश्यात सुरू आहे त्यावर विश्वास ठेवण्यासाठी आणि त्याचं दर्शन घडवण्यासाठीच मार्गदर्शकाची, गुरूंची आवश्यकता असते. मार्गदर्शकच अदृश्याचं दर्शन आणि दूरदृष्टीचा दृष्टिकोन बाळगायला शिकवतात. मनुष्याची क्षमता आणि बुद्धी केवळ त्याच्या अवतीभोवती दृश्यस्वरूपात ज्या गोष्टी उपलब्ध आहेत, त्याच बघण्यापुरती मर्यादित आहे. परंतु गुरू-मार्गदर्शक त्याला अदृश्याला पाहण्याची दृष्टी प्रदान करतात.

अदृश्यातील दृश्य पाहता न आल्यामुळेच मनुष्य असीम दुःख भोगत असतो. त्यामुळे पृथ्वीवर तो जे काही बनण्यासाठी, जे काही करण्यासाठी आला आहे, ते तो करू शकत नाही.

उदाहरणार्थ, आपण जर पृथ्वीवर राष्ट्रपती बनण्यासाठी आला नाहीत आणि जर राष्ट्रपतीच बनलात, तर तुम्ही जगातील सर्वाधिक दुःखी राष्ट्रपती ठराल. कारण आपण जे करण्यासाठी आलो नाही, तेच करत असाल, तर शेवटी दुःखाशिवाय आणखी काय मिळणार? आपण जे करण्यासाठी आलो आहोत, ते जेव्हा आपल्याकडून घडू लागेल, तेव्हाच आपल्याला आनंदाची प्राप्ती होईल.

मानवी शरीरात नैसर्गिकरीत्याच अशी व्यवस्था केली आहे, ज्यामुळे त्याला स्वतःविषयी सातत्याने फीडबॅक मिळत राहतो. मनुष्याला दुःख आणि आनंद दोन्हीही अवस्थांमध्ये आपल्या भावनांद्वारे फीडबॅक (संकेत) मिळत राहतो. एखादं काम

केल्याने जर आपल्यात सुखद भावनांची अनुभूती येत असेल, तर आपण तेच काम करत आहोत, जे करण्यासाठी आलेलो आहोत, हे लक्षात घ्या. म्हणून आजपासूनच हा दृढ संकल्प करा, की आपली उद्दिष्टपूर्ती करूनच आपण या पृथ्वीतलावरून जाणार आहोत. जशी एखाद्या वाईट गोष्टींची सवय जडते, तसंच चांगल्या गोष्टींचीही सवय स्वतःमध्ये निर्माण करता येऊ शकते. स्वतःमध्ये ही सवय निर्माण करण्याचा संकल्प घेऊनच आपल्याला आयुष्यात कार्य करावं लागेल. त्यासाठी आधी छोटे छोटे संकल्प करून त्यांना साकारायला सुरुवात करा. ज्यामुळे आपल्यातील आत्मविश्वास वृद्धिंगत होईल.

अध्याय २४

अज्ञानयुक्त कर्मांचा परिणाम म्हणजेच दुःख

एकदा एक पोस्टमन गावातील एका मनुष्याला पत्र देण्यासाठी गेला. पोस्टमन त्या मनुष्याला पत्र देताना म्हणाला, ''तुझ्या एका पत्रासाठी मला चार मैल चालून इथे यावं लागलं.''

यावर त्या खेडुताने उत्तर दिलं, ''यासाठी आपण इतके कष्ट का घेतलेत? तिथेच आसपास कुठेतरी टपालपेटी बघून, त्यात पत्र टाकलं असतं तरी चाललं असतं.''

आता तो काय बोलतोय, हेच त्या अशिक्षित माणसाच्या लक्षात येत नव्हतं. त्यामुळेच तर म्हटलं गेलंय, की 'अज्ञान जे करवेल, ते कमीच आहे.' अज्ञानात मनुष्य विचार करतो, 'असं होऊ शकलं असतं, तसं होऊ शकलं असतं.' परंतु तो जे काही बोलतो, त्यातून त्याचं अज्ञानच दिसतं. म्हणून सर्वांत आधी अज्ञान दूर करणं गरजेचं आहे.

मनुष्य जेव्हा अज्ञानयुक्त कर्म करतो, तेव्हा त्याच्या आयुष्यात दुःख येतं. **मानवी दुःखाचं सहावं कारण आहे, अज्ञानात घडणारं कर्म.** अज्ञानाने उचलली गेलेली पावलं नेहमी पीडादायकच ठरतात. म्हणून मनुष्याने आपलं अज्ञान दूर करणं अत्यावश्यक आहे. वरील पोस्टमनच्या उदाहरणाद्वारे हे लक्षात येऊ शकेल.

ज्ञानाच्या प्रकाशानेच अज्ञानरूपी अंधकार मिटू शकेल. त्यासाठी आपल्याला फक्त इतकंच करायचं आहे, की आपलं कर्म ज्ञानयुक्त असावं, याबाबत नेहमी दक्ष असायला हवं. **ज्ञानयुक्त कर्मातच सामावली आहे भक्ती आणि भक्तीतच दडलाय आनंद!** ज्ञानयुक्त कर्मातच आजवरचे प्रसिद्ध ज्ञानमार्ग, भक्तिमार्ग आणि कर्ममार्ग हे तिन्हीही राजमार्ग सामावलेले आहेत. ज्ञानयुक्त कर्मात युक्ती असावी, विवेक असावा, बुद्धी असावी. आपल्याकडून जे काही कर्म घडतं आहे, ते ज्ञानयुक्त आहे, की अंधभक्तीने केलं जात आहे? आणि त्याचा परिणाम काय होणार आहे, हे नक्कीच पाहायला हवं. कोणतीही क्रिया वरवर पाहता कितीही योग्य वाटली, तरी ते कर्म ज्ञानयुक्त आहे की नाही, याची पडताळणी मात्र अवश्य करायला हवी. एका उदाहरणाद्वारे हे समजून घेऊ.

एका मनुष्याच्या घराला आग लागली. तो अग्निकल्लोळ पाहून त्याच्या शेजाऱ्याने विचारलं, 'तुझ्या घराला आग लागलीय आणि तू इतका शांत कसा काय बसला आहेस? तू काही करत का नाहीस?'

तेव्हा तो मनुष्य म्हणाला, 'मी तर पाऊस पडायला हवा, अशी प्रार्थना करतो आहे.'

यालाच अंधभक्ती म्हणतात. याचाच अर्थ, त्या मनुष्याकडे ज्ञान आणि विवेक या दोन्ही गोष्टींचा समन्वय नाही. अशा वेळी आग आटोक्यात आणण्याचं कर्म हे अत्यावश्यक होतं म्हणून त्याने तेच करायला हवं होतं. याचा अर्थ असा नाही, की त्याने अशा वेळी प्रार्थना करू नये. प्रार्थना तर करायलाच हवी; पण त्याचबरोबर ज्ञानयुक्त कर्महीही करायला हवं. खरंतर तो मनुष्य अज्ञानात केवळ 'पाऊस पडावा' ही प्रार्थनाच करत होता; परंतु केवळ प्रार्थना करून त्याने योग्य कर्म केलं असं नाही, तर त्यावेळी त्याने आग आटोक्यात आणण्याचं कर्मसुद्धा करायला हवं होतं. मग त्याचे आग आटोक्यात आणण्याचे प्रयत्न पाहून इतर चार लोकही मदतीसाठी पुढे सरसावले असते. परंतु त्याने ते कर्म केलंच नाही.

या उदाहरणाद्वारे हे समजून घ्या, की प्रत्येक मनुष्याने कोणत्या घटनेत कसा प्रतिसाद द्यायचा, या गोष्टीचं ज्ञान प्राप्त करायला हवं. मनुष्याचा प्रतिसाद नेहमी भक्तियुक्तच असायला हवा. मनुष्य जेव्हा भक्तियुक्त प्रतिसाद देऊ लागेल, तेव्हा त्याची सर्वच कार्यं सहजतेने होऊ लागतील. मग त्याचं कर्म हीच त्याची भक्ती बनेल, पूजा

बनेल. प्रेम हाच त्याचा स्वभाव बनेल. ज्ञानयुक्त कर्मात भक्तीचा समावेश होत असतो. मनुष्याच्या आयुष्यातून जर भक्ती वजा केली, तर आनंदसुद्धा निघून जाईल. ज्ञानाबरोबर भक्ती यासाठीच आवश्यक आहे. कारण भक्ती ही मनुष्याच्या भावनांशी निगडित असून भावना हृदयाच्या समीप असतात. शिवाय हृदयाच्या साथीनेच स्वानुभवाचा आनंद घेतला जाऊ शकतो.

सर्वांत आधी आहे स्वानुभव, त्यानंतर येतात भावना म्हणजे स्वभाव. मग विचार, वाणी आणि शेवटी येते ती क्रिया. क्रिया सर्वांत शेवटी असते. ज्ञानयुक्त कर्मात जिथे क्रियेची आवश्यकता असेल, तिथे क्रिया केली जाईल; जिथे बोलणं आवश्यक आहे, तिथे संभाषण घडेल; जिथे विचार करणं आवश्यक असेल, तिथे विचार केला जाईल आणि जिथे मनन करणं आवश्यक असेल, तिथे मनन केलं जाईल, अशा प्रकारचं कर्म असेल. याचा अर्थच असा आहे, की जिथे ज्या प्रतिसादाची आवश्यकता असेल, तिथे तसाच प्रतिसाद दिला जाईल. पुढे दिलेल्या वेगवेगळ्या उदाहरणांद्वारे हे समजून घेण्याचा प्रयत्न करू.

एका हॉटेलमध्ये बसलेल्या ग्राहकाला वेटरने विचारलं, ''खायला काय आणू साहेब?''

ग्राहक उत्तरला, ''नूडल्स घेऊन ये.''

यावर वेटर म्हणाला, ''कोणते नूडल्स आणू, चायनीज, फ्रेंच की जॅपनीज?''

यावर त्या ग्राहकाने वेटरबद्दलची आपली नाराजी व्यक्त करत म्हटलं, ''अरे भाऊ, कोणतेही घेऊन ये, मला थोडंच त्या नूडल्सशी गप्पा मारायच्या आहेत.''

याचाच अर्थ, जिथे जे कार्य करायला हवं, ते व्हायलाच हवं. पण ज्याची आवश्यकता नाही, तिथे निरर्थक बोलण्याची काहीही गरज नाही. जिथे बोलायचं आहे, तिथे वेगळा आदेश असेल; जिथे क्रिया करायची असेल, तिथे वेगळा आदेश असेल आणि जिथे विचार करायचा असेल, तिथे वेगळाच आदेश असेल. अर्थात, प्रत्येक घटनेनुसार कर्म करायला हवं. केवळ हवेत, पोकळ गप्पा मारू नयेत.

अशा प्रकारे अज्ञानामुळे लोकांकडून कर्म न करण्याचं चुकीचं कर्म होतं. कित्येक लोक तथाकथित ज्ञानी बनून पोकळ गप्पा मारत असतात, फुशारकी मारत असतात.

असे लोक जिथे क्रिया करायला हवी, तिथे ती करत नाहीत आणि ज्ञानाच्या मोठ्या मोठ्या शब्दांचा वापर आपल्यातील तमोगुण लपविण्यासाठी करत राहतात. आपण जर त्यांना सांगितलं, 'असं करणं जास्त आवश्यक आहे,' तर ते म्हणतात, 'नाही, याची काहीही आवश्यकता नाही.' मग ते त्यामागचं आपलं ज्ञान पाजळू लागतात. आपली योग्यता दाखवून देण्याच्या धडपडीत आवश्यकतेपेक्षा अधिक बोलत राहतात. जसं– 'नाही हे योग्य ठरणार नाही... आपण असं करायला नको... वगैरे वगैरे.'

एका उदाहरणाद्वारे हे समजून घेऊ, की लोक कशाप्रकारे अनावश्यक गोष्टींमध्ये गुंतून अज्ञानयुक्त कर्म करण्यात आपला वेळ आणि शक्ती खर्च करत असतात, मात्र त्यातून त्यांना काहीही साध्य होत नाही.

एका मुलाने आपल्या मित्राला गंभीरपणे प्रश्न विचारला, 'माझा पतंग तारेत अडकला आहे, अशा वेळी मी काय करायला हवं?'

त्यावर मित्र म्हणाला, 'कायद्याचा आधार घ्यायला हवा, त्याला बोलवायला हवं. अशा वेळी तर फक्त कायदाच तुझी मदत करू शकतो.'

मित्राचं हे विचित्र उत्तर ऐकून त्या मुलाला खूपच नवल वाटलं. त्याने आश्चर्याने त्याला विचारलं, 'कायद्याला कशाला बोलवायला हवं, पतंगाच्या तारेत अडकण्याचा आणि कायद्याचा काय संबंध आहे?'

यावर मित्र जोरजोरात हसत म्हणाला, 'कारण कायद्याचे हात लांब असतात.'

आता ही गोष्ट ऐकायला कितीही सुसंगत आणि मजेदार वाटली, तरी आहे मात्र पोकळच! अशा प्रकारच्या पोकळ उत्तरांनी कधीही, कोणत्याही समस्येवर तोडगा काढता येऊ शकत नाही.

एकदा विनाकारण बल्ब चालू असलेला पाहून नफरतीलाल आपल्या मुलाला रागावून म्हणाला, 'आधीच जगाला तापमानवाढीची (ग्लोबल वॉर्मिंगची) समस्या भेडसावत आहे, त्यात हा बल्ब दिवसासुद्धा कुणामुळे जळतोय?'

यावर मुलाने आपल्या वडिलांच्या बोलण्याचा अर्थ लक्षात न घेता,

त्यावर काहीही विचार न करताच, लगेच उत्तर दिलं, 'एडिसनमुळे.'

या उदाहरणांतून आपल्या हे लक्षात आलंच असेल, की अशा प्रकारची उत्तरं देऊन मनुष्य आपल्या चुका लपवत राहून कर्मापासून दूर पळू इच्छितो. अथवा अज्ञानाने इतरांना असे उपाय सुचवत असतो, जे परिणामशून्य असतात. अशा प्रकारच्या अनावश्यक पोकळ गप्पांनी कधीही कोणत्याही समस्येवर समाधानकारक उपाय सापडत नाही. यालाच अज्ञानात घडणारं कर्म असं म्हटलं गेलं आहे. म्हणून नेहमी ज्ञानयुक्त कर्म करायला हवं. **आपण जेव्हा ज्ञानयुक्त कर्म कराल, तेव्हा भक्ती वृद्धिंगत होऊन प्रत्येक कर्म अभिव्यक्ती बनू लागेल. मग भक्तीच्या अभिव्यक्तीने सर्वत्र आनंदच पसरेल.**

अज्ञानयुक्त कर्म केल्याने लोकांना दुःखप्राप्तीच होत असते. बिनबुडाच्या गोष्टी करून वास्तविक ते समस्येपासून पलायनच करतात. त्यामुळे वातावरण तर हलकं-फुलकं होतं; परंतु समस्या मुळापासून नष्ट होत नाही. म्हणून ज्ञानाच्या प्रकाशाने अज्ञानरूपी अंधकार दूर करून, अज्ञानात घडणाऱ्या कर्मांपासून मुक्त व्हा. जेणेकरून आपलं प्रत्येक कर्म ज्ञानयुक्त होईल.

अध्याय २५

मनाची कल-कल म्हणजेच दुःख

पृथ्वीतलावर मनुष्य आपल्याबरोबर मन घेऊन आला आहे. त्याचबरोबर मनासोबत कल आणि अकल या दोन गोष्टीसुद्धा त्याने सोबत आणलेल्या आहेत. कल म्हणजे काळ आणि अकलचा अर्थ आहे अक्कल, समज. कलचा (काळ) उपयोग जेव्हा आपण अकलेने (समजेने) कराल, तेव्हा आपल्यासाठी लक्ष्यप्राप्ती सहज सुलभ होईल. अन्यथा मनुष्य कलकलच करत राहतो. कलकल म्हणजे आजचं प्रत्येक काम उद्यावर ढकलत राहतो. अर्थात, मनुष्य नेहमी भविष्यातच जगतो, वर्तमानात जगणं त्याने जणू बंदच केलं आहे. मनुष्याच्या दुःखाचं सातवं कारण आहे, कल्लू मनाची कलकल.

आता मनुष्याने 'कल'चा उपयोग 'अकल'सह कसा करायचा ही कला शिकायची आहे, कारण कलमध्ये आहे दुःख आणि अकलमध्ये, समजेमध्ये आहे सुख! मनुष्य विचार करतो, की भविष्यात काहीतरी चांगलं घडेल, त्यामुळे तो नेहमी कलच्याच प्रतीक्षेत राहतो. वर्तमानात आनंद घ्यायचाच तो विसरला आहे. मात्र वर्तमानाचा आनंद उपभोगण्याची कला शिकण्यासाठी कलचा उपयोग अकलने करावा लागेल.

मनुष्य नेहमी जो कल व्यतीत झाला, काळाच्या पडद्याआड गेलाय आणि जो कल (उद्या) भविष्याच्या गर्भात आहे, त्याविषयीच विचार करत राहतो. जसं दिवाळी, दसरा, होळी यांसारखे अनेक सण-उत्सव येतात आणि जातात. प्रत्येक सणाच्या वेळी मनुष्य म्हणतो, 'मागची दिवाळी खूप छान होती... यावेळी दिवाळीला काही तितकीशी

मजा आली नाही... मागची होळी खूपच चांगली होती... त्या तुलनेने यावेळच्या होळीत काही मजा आली नाही...' अशा प्रकारे मनुष्य नेहमी भूत-भविष्यातच गटांगळ्या खात असतो. म्हणून जेव्हा कोणताही सण-उत्सव येतो, तेव्हा तो विचार करतो, 'मागच्या वर्षीचा सण याहून चांगला होता. याचाच अर्थ, वर्तमानात जे काही घडत आहे, त्याचा आनंद तो कधी उपभोगूच शकत नाही.

मुलं जेव्हा शनिवारी शाळा सुटल्यानंतर घरी येतात, तेव्हा ती जास्त आनंदी असतात. आनंदाने ती उड्या मारत असतात. शाळेला सुट्टी तर रविवारी असते; पण त्यांना रविवारच्या तुलनेत शनिवारीच जास्त आनंद का होतो? कारण शनिवारी शाळा सुटल्यानंतर त्यांना वाटतं, 'उद्या रविवार आहे, सुट्टी आहे, मजा आहे.' परंतु सुट्टीच्या दिवशी म्हणजे रविवारी विचार येतो, 'अरेरे, उद्या अर सोमवार... मनडे आहे, शाळेत जावंच लागणार...'

मनडे म्हणजे मनाचा दिवस, कल्लू मनाचा दिवस. जे कल-कल करत राहतं, किर-किर करत राहतं, बड-बड करत राहतं, त्यामुळेच सगळी गडबड होते. त्याची बड-बडच दुःखाचं कारण आहे. या कल-कल करणाऱ्या मनालाच नाव दिलं आहे, 'कल्लू मन'. कल्लू मन नेहमी कलमध्येच राहतं. मग तो कल काल असो वा उद्या, म्हणजे भूतकाळातील असो वा भविष्यातील. या कल्लू मनाला जेव्हा आपण ओळखू शकाल, तेव्हाच दुःखातून बाहेर पडाल. कारण या कलमध्ये आहे दुःख आणि अकलमध्ये आहे आनंद. अकलेने, समजेच्या मशालीने अज्ञानरूपी अंधकार नष्ट करायला हवा, तिरस्कारातून मुक्त व्हायला हवं.

लढा अथवा जगा

मनुष्य जेव्हा या पृथ्वीतलावर येतो, तेव्हा तो मागे जाण्याचा पूल तोडून येतो. मग तो कित्येक वर्षे या पृथ्वीवरून परत जाऊ शकत नाही. जसं, प्राचीन काळी एखाद्या राज्याची सेना जेव्हा युद्धासाठी आगेकूच करत असे, तेव्हा पूल ओलांडल्यानंतर तो तोडून टाकला जात असे, जेणेकरून कोणालाही युद्धभूमीवरून घाबरून परत फिरता येऊ नये. अशा वेळी सैनिकांकडे केवळ दोनच पर्याय शिल्लक असतात- लढा अथवा मरा. अगदी अशाच प्रकारे मानवी शरीराची प्राप्ती होणं म्हणजेच बॅक ब्रिज तोडण्यासारखं आहे.

मागचा पूल तोडून पृथ्वीवर अवतरल्यानंतर लोकांकडेही केवळ दोनच पर्याय उरतात, **लढा अथवा जगा**. परंतु मानवाला लढणं आणि मरणं या दोनच गोष्टी लक्षात राहतात, जगण्याची गोष्ट तो विसरूनच जातो. ज्या लोकांच्या मनात आत्महत्येचे विचार येत राहतात, त्यांनी हे उत्तमप्रकारे समजून घ्यायला हवं, की ते परतीचा मार्ग बंद करून, बॅक ब्रिज तोडून पृथ्वीवर आले आहेत. त्यामुळे त्यांना लढायचंच आहे. इथे लढण्याचा अर्थ एखाद्या सेनेशी झुंजायचं असा नाही, तर ही लढाई समज आणि तुलनात्मक मन यांच्यात आहे, समजेची आहे, तलवारीची नाही. या लढाईत विवेकरूपी तलवार आणि समजरूपी ढालीचा उपयोग करायचा आहे. **विवेकरूपी तलवारीने जेव्हा मनुष्य लढेल, संघर्ष करू लागेल, तेव्हा तो खऱ्या अर्थाने जीवन बनून जगेल.**

आपण जर समजेचा वापरच केला नाही, तर आपल्या आयुष्यातील कल-कल, मनाची बड-बड आणि समस्यांची गडबड चालूच राहील. मनुष्य जेव्हा काळाचा, म्हणजे भूतकाळातील काल आणि भविष्यातील उद्या यांचा चुकीच्या पद्धतीने वापर करू लागतो, तेव्हा तो वर्तमानात राहणंच बंद करतो. **मनुष्याने काळाचा वापर करून घ्यायला हवा, काळाने त्याचा वापर करता कामा नये.** मनुष्य जर वर्तमानात राहू शकत नसेल, तर काळ त्याचा वापर करून घेत आहे आणि तो समजेने काळाचा वापर करू शकत नाहीये, असा त्याचा अर्थ होतो.

कल्पनाशक्तीचा उपयोग करा

मनात समज बाळगून काळाचा वापर करण्यासाठी कल्पनाशक्ती उपयोगात आणली जाऊ शकते. कल्पनाविश्वात रममाण व्हायचं नाही, तर कल्पनाशक्तीचा केवळ उपयोग करून घ्यायचा आहे. कल्पना याचा अर्थ आहे, 'कल की पनाह' म्हणजे काळाचा आश्रय. आपण प्रर्थना करतो, 'हे ईश्वरा, मला तुझा आश्रय मिळू दे, म्हणजे मला कल्पनेच्या आश्रयाखाली ठेवू नकोस, कल्पनाविश्वात रमवू नकोस.' कल्पनाविश्वात रमायचं नाही, कल्पनेच्या आश्रयाखाली जगायचं नाही, म्हणजे कल्पनाशक्तीचा केवळ उपयोग करून घ्यायचा आहे.

नवीन तंत्र, नवी रचना, नवं कौशल्य, तसंच रचनात्मक कार्य-योजनेच्या निश्चितीसाठी कल्पनाशक्तीचा उपयोग केला जाऊ शकतो. याशिवाय कल्पनाशक्तीद्वारे जे कार्य आपल्याला उद्या करायचं आहे, त्याच्यासाठी योग्य बीजारोपण आपल्याला

वर्तमान क्षणांत करायचं आहे. म्हणजेच स्वस्थ आणि समृद्ध जीवनाच्या कल्पनेवर विश्वास प्रकट करा, जेणेकरून आपलं भविष्य उज्ज्वल असेल, आनंदाने परिपूर्ण असेल. वर्तमानात राहून योग्य बीजारोपण करण्याची कला शिकून घेतल्याने, आज आपल्याला जे काही थोडंफार दुःख दिसत आहे, तेदेखील हळूहळू संपुष्टात येऊ शकेल. आजवर आपण मिश्र म्हणजे थोडं आनंदाचं तर थोडं दुःखाचंच बीजारोपण आपल्या आयुष्यात करत राहिलो. कळत-नकळत जे काही चांगलं बीजारोपण आपल्याद्वारे झालेलं आहे, त्यामुळेच आज आपण खऱ्या आनंदाचं ओझरतं का होईना, दर्शन घेऊ शकत आहात.

दुःखद प्रसंगात मनुष्य शोकाकुल होऊन दुःखापासून बचाव होण्यासाठी ईश्वराकडे प्रार्थना करत असतो. मनुष्याच्या शब्दांतील भाव जितके प्रबळ असतात, तितकाच प्रार्थनेचा परिणाम शीघ्रतेने होऊ लागतो.

दुःखद घटनांतून मुक्ततेची इच्छा आपोआपच प्रबळ होत असते. जसं बुद्धांनी दुःखाचं दर्शन घडल्यावर पूर्ण तन्मयतेने म्हटलं, 'आता बस झालं, आता दुःखातून मुक्तावस्थेचा साक्षात्कार घडायलाच हवा.' त्यावेळी त्यांच्यात हा भाव इतक्या तीव्रतेने आला, की त्यांच्याकडून आपोआपच सत्यशोधनाच्या क्रिया होऊ लागल्या. क्रिया (कर्म) हा भावनांचा परिणाम असतो. मनुष्याकडून ज्या प्रार्थना होतात, त्यामुळे आपोआपच तशा अशा क्रिया घडू लागतात आणि मनुष्य आपल्या परम लक्ष्यापर्यंत सहजपणे पोहोचतो.

अध्याय २६

मायेच्या गर्भात मानव त्रस्त का

मनुष्याकडे जर पद असेल, पैसा असेल, कुटुंबातील सदस्यांचं प्रेम असेल, तर तो आनंदी असतो. हे सर्व जर नसेल, तर मनुष्य आनंदी राहू शकेल काय? नाही ना! **हेच सुख मनुष्याच्या दुःखाचं कारण आहे.** मनुष्य ज्या कारणाने सुखी होतो, ते कारण लुप्त झालं की तो दुःखी होतो. म्हणजे अप्रत्यक्षरीत्या मनुष्याच्या सुखाचं कारणच त्याच्या दुःखाचं कारण बनतं.

पृथ्वीला घर समजून सुख प्राप्त करण्याची इच्छाच मनुष्याचं दुःख बनते. ज्या गोष्टींना मनुष्य सौख्यकारक गोष्टी समजतो, ती त्याची समजूतच त्याच्या दुःखाचं कारण बनते.

मनुष्य विचार करतो, की जिभेला स्वादिष्ट वाटेल असं भोजन मिळावं, डोळ्यांना रम्य असं दृश्य पाहण्यास मिळावं, कानांना मधुर संगीत ऐकण्यास मिळावं, तरच मला सुख लाभेल. मग हळूहळू मनुष्याची आसक्ती इतकी वाढत जाते, की तो पृथ्वीलाच आपलं घर समजून बसतो.

या पृथ्वीरूपी संसाराला म्हणजे 'नगराला' जर कोणी आपलं घर समजू लागलं, तर तो त्या घरात कसा राहील? त्या घरावर तो आपली मालकी गाजवू लागेल. त्या घरात झुरळ जरी आलं, तरी तो म्हणेल, 'माझ्या घरात झुरळ का बरं आलं?' आपल्याला जर

कोणी म्हटलं, की 'घर तर झुरळाचंच आहे, तुम्ही तर या घरात अतिथी आहात. झुरळं तुम्हाला इथं राहू देताहेत, हीच खूप मोठी गोष्ट आहे. ती तुमच्याशी समन्वय साधत आहेत, ॲडजेस्टमेंट करत आहेत. ती बिचारी तर तुम्ही झोपल्यानंतर बाहेर पडून फिरत असतात.'

मनुष्य तर हेच समजून बसला आहे, की घरात टीव्ही, फ्रीज, वॉशिंग मशिन, वाहन असणं म्हणजेच सुख आहे. नेहमी नवीन कपडे, दागदागिने मिळणं म्हणजे सुख आहे. शरीराला आरामदायक बिछाना मिळणं म्हणजे सुख आहे. हे सुखच खरंतर त्याच्या दुःखाचं कारण बनतं. बाह्य सुखांपासून मिळणारा खोटा आनंदच मनुष्याच्या दुःखाचं मूळ (मुख्य) कारण आहे.

सौख्यप्राप्तीच्या या संकल्पनांचा त्याग करण्यासाठी, पृथ्वी हे आपलं घर नाही, न-घर म्हणजे नगर आहे, ही समज प्राप्त करायला हवी. आपल्याला जर याची स्पष्ट जाणीव झाली, तर मग आपण ज्या सुखाला अंतिम सुख मानून बसला आहात, त्या भ्रमाच्या भोपळ्यातून बाहेर पडू शकाल. मायेतून मुक्त व्हाल. या मायारूपी आवरणाचा जेव्हा भंग होईल, तेव्हा आपला खरा जन्म होईल. वास्तविक जन्म होणं म्हणजे साऱ्या बंधनांतून, संकल्पनांतून, धारणांतून मुक्त होणं होय.

बंधनाची जाणीव नसलेला मनुष्य

अशा प्रकारे मनुष्याचा जर असली जन्मच झाला नाही, तर त्याला दुःख हे होणारच. जसं, मातेच्या गर्भात मूल बंधनात असतं, तेव्हा आईच्या गर्भातून बाहेर पडल्यानंतर आपल्याला स्वातंत्र्य मिळेल, असं त्याला वाटत असतं. परंतु मातेच्या गर्भातून बाहेर पडल्यानंतर मूल मायेच्या गर्भात शिरतं आणि मायेचा गर्भ इतका विशाल असतो, की आपण मायेच्या गर्भात आहोत, आपला अजून जन्मच झालेला नाही, याची मनुष्याला कधी जाणीवच होत नाही. एका काल्पनिक उदाहरणाद्वारे हे समजू या.

समजा, एक खूप मोठा तुरुंग आहे आणि त्यात आपल्याला ठेवलं गेलं, तर आपण तुरुंगात आहोत, हे आपल्याला हे समजणारही नाही. जसं, एका शहराच्या क्षेत्रफळाइतक्या मोठ्या तुरुंगात आपल्याला ठेवलंय आणि या गोष्टीपासून आपण अनभिज्ञ आहात, तर प्रत्येक ठिकाणी आपण निर्धास्तपणे सगळीकडे फिराल. आपल्याला जर कोणी सांगितलं, की 'आपण कैदी आहात, बंधनात आहात.' त्यावर

आपण म्हणाल, 'मी कुठे कैदी आहे, मी तर मजेत सगळीकडे हिंडू-फिरू शकतोय.'

आपल्याला कैदी असल्याचं त्या दिवशी समजतं, जेव्हा आपण रेल्वे स्थानकावर दुसऱ्या शहरात जाण्यासाठी तिकीट काढता. आपल्याला सांगितलं जातं, की 'आपण हे शहर सोडून बाहेर जाऊ शकत नाही. आपण तुरुंगात आहात.' आपण जर या शहरातल्या शहरातच हिंडत-फिरत राहिलात, तर आपण तुरुंगात आहात याची आपल्याला कधी जाणीवही होत नाही.

अशाच प्रकारे मायेच्या गर्भातदेखील मनुष्य मजेत फिरत राहतो. मायेच्या गर्भात राहून त्याला हे समजतच नाही, की या गर्भातून बाहेर पडून खऱ्या आनंदाच्या जगातही राहता येऊ शकतं. कारण मायेच्या गर्भात माया निश्चित करत असते, की 'आपण याहून अधिक आनंदी होऊ शकत नाही.'

आपण जर मायेच्या गर्भातून (दुःखातून) मुक्त होऊ इच्छित असाल, तर आधी आपला योग्य प्रकारे जन्म व्हायला हवा. म्हणजे मायेच्या गर्भात राहून, मायेला समजून घेऊन त्यातून बाहेर पडायला हवं. त्यानंतरच आपल्या लक्षात येईल, की आपली सगळी दुःखं एकदमच विलीन झाली, नाहीशी झाली. बंधनातून मुक्त झाल्यानंतरच लक्षात येईल, खरंतर मनुष्याचं सुखच त्याच्या दुःखाचं कारण आहे.

पृथ्वीतलावर अवतरून, स्वतःला जाणून घेऊन, आपल्या सुखाच्या संकल्पनांतून बाहेर पडा. आपण जेव्हा पूर्णपणे जीवनाला समजू शकाल, तेव्हा आयुष्यात उद्भवणाऱ्या दुःखांकडे उच्च चेतनेच्या दृष्टिकोनातून पाहाल. मग ती दुःखं आपल्याला दुःखं नव्हे, तर विकासाची शिडी अथवा लक्ष्यप्राप्तीची संधी वाटू लागतील.

खंड ४
जीवनरूपी कुलपाची किल्ली

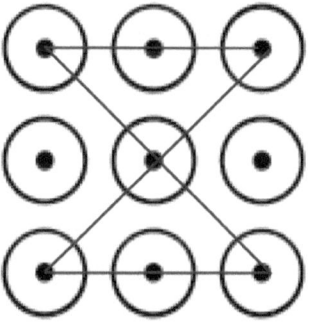

अध्याय २७

स्वीकारयुक्त अनुमती

दुःखाची कारणं जाणून घेतल्यानंतर, चला आता दुःखमुक्तीच्या उपायांबाबत विस्तारपूर्वक जाणून घेऊया.

दुःखात खुश होण्याचा, आनंदी राहण्याचा पहिला उपाय आहे, 'स्वीकारयुक्त अनुमती देणं.' जसं दुःख येईल, तसं सर्वांत आधी त्याला अनुमती द्यायला शिका. आपल्या जीवनात स्वीकार म्हणजे अनुमतीमुद्रेचा* (केबिनचा) योग्य उपयोग करा. या गोष्टीचा ढोबळ उल्लेख याआधीही केला आहे.

अंगठा आणि तर्जनी केवळ ही दोन बोटं उघडल्याने त्यांच्या दरम्यान ब्रॅकेट (केबिन) बनते, ही आहे अनुमती मुद्रा. ज्या गोष्टीस आपण अनुमती देऊ इच्छिता, त्या गोष्टीला या कंसात ठेवा आणि स्वतःलाच ही मुद्रा दाखवून प्रश्न विचारा, की 'या गोष्टीचा (आयुष्यात जे घडत आहे ते) स्वीकार करून मी तिला अनुमती देऊ शकतो का?' ज्याप्रकारे कधीकधी एखादी गोष्ट आपण कंसात लिहितो, त्याचप्रकारे आयुष्यात घडणाऱ्या काही घटनांनासुद्धा ब्रॅकेटमध्ये (अनुमती मुद्रा) टाकायला शिका. जसं, एखाद्या व्यक्तीकडून योग्य प्रतिसाद न मिळणं... एखादी घटना आपल्या मनासारखी

---

*स्वीकारयुक्त अनुमती मुद्रा

न घडणं... आपल्या आवडत्या कार्यक्रमावेळी विद्युतपुरवठा खंडित होणं... इत्यादी. अशा प्रकारे छोट्या छोट्या घटनांपासून ते मोठ्यात मोठ्या घटनांनाही अनुमती द्यायला शिकायला हवं.

अनुमती देणं आणि स्वीकार करणं यांचा योग्य मापदंड काय आहे, हे आता समजून घ्या. समजा एखाद्याने आपल्याशी गैरव्यवहार केला, पण आपल्या मनात त्याच्याविषयी कोणतीही तक्रार निर्माण होत नाही. शिवाय तो जे काही करत आहे, ते करण्याची त्याला आपण अनुमती दिली, तर आपण त्या घटनेचा योग्यप्रकारे स्वीकार केला आहे, असं समजायला हरकत नाही.

दुःखसरितेला किनारा देऊ नका

जे जसं आहे, त्याला आपण जेव्हा तसंच राहण्याची अनुमती देतो, तेव्हा आपल्या अंतरंगातील दुःखाला किनारा मिळणार नाही. दुःखसरिता यामुळेच विस्तीर्ण होते, कारण तिला किनारा मिळत राहतो आणि त्यात दुःख भरत जातं. हा किनाराच जर आपण दूर केला, तर दुःखसुद्धा पाण्यासारखंच विलीन होऊन जातं. आपल्यात जेव्हा अनुमती देण्याचा भाव अंकुरित होतो, तेव्हा आपण लोकांशी भांडत बसणार नाही, तर जो मनुष्य जसा आहे, तसा त्याचा स्वीकार कराल. याचा लाभ आपल्याला असा होईल, की दुःखाची नदी विलीन होण्याबरोबरच त्याद्वारे जोपासली जाणारी ईर्ष्या, द्वेष, मोह, तुलना, हव्यास यांची शेतीही नष्ट होईल.

अनुमती देण्याचं एक कारण आणखीही आहे. खरंतर प्रत्येक मनुष्य एकाच घटनेकडे वेगवेगळ्या नजरेने पाहत असतो. प्रत्येक मनुष्याचा दृष्टिकोन वेगवेगळा असतो. म्हणून प्रत्येकजण आपापल्या ठिकाणी योग्यच असतो. **कोणतीही घटना चांगली अथवा वाईट नसते. आपण त्याकडे ज्या दृष्टिकोनातून पाहतो, ती दृष्टीच त्या घटनेला चांगली अथवा वाईट ठरवत असते.** एकाच घटनेविषयी दोन माणसांचे विचार वेगवेगळे असू शकतात. म्हणून त्या दोघांकडेही योग्य-अयोग्याच्यापलीकडे जाऊन पाहायला हवं. अन्यथा, समस्या निर्माण झाल्याबरोबर लोक योग्य-अयोग्यचं लेबल लावून चुकीच्या दिशेने त्या समस्येवरील तोडगा शोधू लागतात आणि शेवटी समजतं, की आपली ही पद्धतच चुकीची होती. कित्येकदा संपूर्ण हयात गेल्यावर मनुष्याला समजतं, की तो ज्या पद्धतीने समाधान शोधत होता, त्याची ती पद्धतच

चुकीची होती. अशा प्रकारे वेळ व्यर्थ घालवण्यापासून वाचण्यासाठी अनुमती मुद्रा प्रत्येकासाठी एक मंत्र बनू शकते.

आपण जर विचार करत असाल, की अनुमती देणं म्हणजे भ्याडपणा अथवा विपत्तींपासून दूर पळणं तर नव्हे? तर असं अजिबात नाही. अनुमती देणं म्हणजे विपत्तींपासून दूर पळणं नव्हे, तर त्यावर मात करण्यासाठीचं, हे पहिलं पाऊल आहे. काही लोकांना वाटत असतं, की घटनेचा स्वीकार करून अनुमती देण्यामुळे कदाचित आपण त्यापासून पलायन तर करत नाही ना? परंतु असं काही नाही. कोणत्याही गोष्टीचा गुंता योग्य प्रकारे सोडवण्यासाठीची ही योग्य पद्धत आहे.

जसं, आपण घरातून बाहेर जाण्यासाठी निघालात आणि आपल्या कारमागे कोणीतरी त्याची कार लावली आहे. आपण जर या घटनेचा स्वीकार केला, तर शांतपणे विचार करू शकाल, की कदाचित समोरच्याची काहीतरी अडचण असेल, त्यामुळे नाइलाजास्तव त्याने असं पाऊल उचललं असेल. अशा वेळी आपण शांतपणे जाऊन त्या व्यक्तीला त्याची कार बाजूला घ्यायला सांगू शकाल, अन्यथा रागारागाने त्या व्यक्तीशी भांडण कराल. अनुमती देण्याच्या भावनेबरोबरच मनुष्याचे दोन्ही हात मोकळे होतात आणि तो खुल्या हाताने समस्यांचं निराकरण करू शकतो.

आपण आयुष्याची गाडी धुळीने माखलेल्या काचेसह चालवत आहात अशीच आपली मानसिक स्थिती अस्वीकार केल्याने होईल. सामान्य बुद्धी 'कॉमन सेन्स' तर हेच सांगतो, की आधी काच स्वच्छ करायला हवी, जेणेकरून पुढील प्रवास सुलभ होऊ शकेल. अशा प्रकारे अनुमती देण्यामुळे जर जीवनरूपी गाडीच्या काचा स्वच्छ होत असतील, तर त्या स्वच्छ करण्यातच समंजसपणा, कॉमन सेन्स आहे, पलायन नव्हे.

आपण शहामृगाला पाहिलं असेल. जेव्हा गिधाड त्याच्यावर हल्ला करतं, तेव्हा ते आपलं तोंड वाळूत खुपसतं. त्यावेळी त्याला वाटतं, 'आता आपल्याला कोणी पाहत नाहीये,' यालाच पलायन असं म्हटलं जातं. त्याने जर वाळूत तोंड खुपसून चुंबक शोधून काढलं, तर ते त्याला असं चुंबक बनवेल, ज्यामुळे वाळवंटातदेखील पाऊस पडेल. मग गिधाडं तिथून दूरवर पळून जातील. त्यानंतर आपण म्हणाल, 'हे पलायन नव्हे, प्रज्ञा आहे, उपाय आहे.'

स्वतःला सकारात्मक चुंबक कसं बनवायचं, ही कला जर शहामृगाने आत्मसात

करून घेतली, तर तो पाहू शकेल, की गिधाडं दूर पळून गेलीत, समस्या सुटली आहे, पाऊस पडतो आहे, कृपा बरसते आहे आणि धरतीतून मंद मंद मृद्गंध दरवळू लागला आहे.

अनुमतीबरोबरच आपण जसजसं सकारात्मक चुंबक बनू लागता, तसतसं त्या साऱ्या गोष्टी आपल्या जीवनाकडे आकर्षित होऊ लागतात, ज्या आपल्याला हव्या आहेत. समस्यांपासून वाचण्यासाठी जर आपण आपलं तोंड फिरवून घेतलंत, म्हणजे आपली मान वाळूत खुपसलीत, तर आपण पितळ बनत जाता. त्यामुळे समस्या वाढतच जातात.

हे तेच आहे, ज्याची मला गरज आहे

घटनांना अनुमती देऊन आपल्याला हेसुद्धा समजू शकेल, की जे काही आपल्यासोबत घडत आहे, ती आपली त्या वेळेची गरजच आहे. अनुमती मुद्रेत हे रहस्यदेखील दडलेलं आहे. '**हे तेच आहे, ज्याची मला गरज आहे.**' याचाच अर्थ, सद्यःस्थितीत आपल्या आयुष्यात जे काही घडतंय, त्याची आपल्याला आवश्यकता आहे. सद्यःस्थितीत जे काही प्राप्त होत आहे, मग तो मान असो वा अपमान, प्रेम असो वा द्वेष, लोकांचा योग्य-अयोग्य व्यवहार... पण ही आपली गरजच आहे.

जसे एखाद्याने आपल्याविषयी अपशब्द वापरले, तरच आपण दुःखाचं दर्शन करण्यास आणि मुक्ती मिळवण्यास स्वचौकशी करतो, की दुःख कोणाला झालंय? क्रोध कोणाला आलाय? कोणी जर अपशब्दच वापरले नसते, तर आपण स्वतःची चौकशीही केली असती का? सगळी कामं आपल्या मनासारखीच झाली असती, तर आपण आपल्या गाडीची काच स्वच्छ केली असती का? आपला दृष्टिकोन बदलला असता का? आपण याच भ्रमात राहिलो असतो, की मी तर उत्तम वाहनचालक आहे. आपल्या गाडीच्या काचांवर जर धूळ बसली असेल, तर दुर्घटनाही घडू शकते. ही तर कृपाच आहे, की महामार्ग आहे, कोणतीही दुर्घटना घडत नाहीये, आपल्यासाठी आकाश मोकळं आहे. अर्थात, आपल्या आत वृत्ती आणि गुणावगुणांचे संस्कार दडलेले असूनही आपलं आयुष्य सुगम आणि अबाधितपणे चाललं आहे. ही एकप्रकारची कृपाच समजा; पण याचा अर्थ कदापिही असा लावू नका, की आपल्याला दृष्टिकोन बदलण्याची अजिबात गरज नाही. आपली समज तीक्ष्ण करण्यासाठी अपशब्द, शिवी

किती मोठी भूमिका पार पाडते, हेही लक्षात घ्या. ही कृपा वरदानाऐवजी अभिशाप बनेल, असं कधीही घडू नये.

प्रार्थनेला पूर्णत्व प्राप्त होणं ही कृपा आहे. आजवर आपण ज्या ज्या प्रार्थना केल्या आहेत, खरंतर त्यामुळेच कोणीतरी आपल्याला शिवीगाळ केली आहे. अर्थात, तथाकथित दुःखामुळे आपल्या अंतरंगातून कधीतरी मुक्तीचा उद्घोष झाला असेल, जो कोणाच्या तरी शिवीद्वारे, अपशब्दाद्वारे तोच आता आपल्याकडून मनन करवून घेत असेल, की 'आपण कोण आहोत? वाईट कोणाला वाटतंय? शिवी देणारा कोण आहे?' अशा प्रकारे एखाद्याने आपल्याला शिवी दिली, तर आपल्याला मननाची पूर्ण संधी प्राप्त होत आहे, असं समजा.

आपल्या आयुष्यात शिवी आणि ओवी, सुख आणि दुःख, यश आणि अपयश, जीवन आणि मृत्यू अशा अनेक घटना घडत आहेत. आपण त्यांचा कशा प्रकारे स्वीकार करत आहोत, हे सर्वस्वी आपल्यावरच अवलंबून आहे. आपण या घटनांचा स्वीकार, 'या घटना ही माझी यावेळची गरज आहे. शिवाय या घटनांमध्ये माझ्या मनात कोणकोणते विचारतरंग निर्माण झाले, हे जाणून त्यांच्याद्वारे मला मनाला वश करायची संधी मिळाली आहे, असं समजा.'

अशा प्रकारे आपल्या मनावर आणखी किती काम करायचं आहे, हे आपले विचारच सांगू शकतील. या निर्माण झालेल्या विचारांतूनच आपल्याला योग्य मार्ग गवसेल.

'हे तेच आहे, ज्याची मला गरज आहे,' हे जेव्हा आपल्याला समजेल, तेव्हा आपल्या मनातील संघर्ष त्वरित संपुष्टात येईल. मग आपण म्हणाल, 'व्वा, खूप शांती आहे, मला शांतीचीच गरज आहे.' शिवाय काही वेळाने जर पुन्हा अशांती आली, तर आपण म्हणाल, 'खरंतर मला आता शांतीचीच गरज आहे.'

शांतीचं सुख उपभोगल्यानंतर अशांती हेच सांगण्यासाठी येते, की 'आपल्या अंतरंगात अजूनही काही कचरा शिल्लक आहे. तो कचरा बाहेर काढून टाकल्याशिवाय आपण पुढे मार्गक्रमण करू शकणार नाही.' जसं पर्वतारोहण करतानामध्ये पठार लागतं. अशा वेळी कोणी तेच आपलं मुक्कामाचं स्थान आहे असं समजून तेथेच बसून राहत नाही, तर पुढच्या चढाईस आरंभ करतो. अशाच प्रकारे एकदा शांती प्राप्त

झाल्यानंतर आपण तिथेच रममाण होऊ नये यासाठीच आयुष्यात अशांती येत असते. घटनांच्या माध्यमातून नियती आपल्या आयुष्यात ती प्रत्येक गोष्ट पोहोचवत आहे, जिची आपल्याला आवश्यकता आहे. या गोष्टी मनाच्या लवकर पचनी पडत नाहीत, त्यामुळेच मन नानाविध प्रश्न विचारत राहतं.

मनुष्याला जोवर आयुष्याचं संपूर्ण चित्र स्पष्ट दिसत नाही, तोपर्यंत त्याला हे मान्यच होत नाही, की जे काही चाललं आहे, ती त्याचीच गरज आहे. म्हणून त्याच्या मनात असंख्य प्रश्न निर्माण होत राहतात. संपूर्ण चित्र म्हणजे पृथ्वीवर काय घडत आहे, आपण पृथ्वीवर कोणतं लक्ष्य घेऊन आलो आहोत, या गोष्टी तो पाहू शकत नाही.

म्हणून आपण चित्राचा एकच भाग पाहून अनुमान लावतो, की 'हे चित्र (सुख) चांगलं आहे, हे चित्र (दुःख) वाईट आहे.' पण जेव्हा संपूर्ण चित्र आपल्यासमोर येईल, तेव्हा आपल्याला आपल्याच विचारावर हसायला येईल. 'ही गोष्ट आधी माझ्या लक्षात कशी आली नाही? खरंतर चित्राच्या एका भागात संकेत दिला होता, की हे कशाचं चित्र आहे? पण मला तो संकेत समजलाच नाही.' आपण आपल्या समजुतीनुसारच चित्र पाहत असतो आणि त्यानुसारच चुकीचे निष्कर्ष लावतो. म्हणून जोपर्यंत आपल्याला संपूर्ण चित्र स्पष्टपणे दिसू शकत नाही, तोपर्यंत दुःखात राहून प्रतीक्षा न करता, आजवर जी समज आपल्याला मिळाली आहे, त्यावर काम करायला प्रारंभ करा.

स्वीकार मुद्रा आपल्याला सातत्याने आठवण करत राहील, की 'मी या गोष्टीचा स्वीकार करून तिला अनुमती देऊ शकतो का?' जसं एखादा मनुष्य आपल्याविरुद्ध असं काही काम करत असेल, ज्यामुळे आपलं काहीतरी नुकसान झालेलं असेल. तरीदेखील आपण त्या व्यक्तीला क्षमा करू इच्छित असाल, तर अनुमतीची मुद्रा बनवून स्वतःलाच विचारा, 'मी त्या मनुष्याला क्षमा करू शकतो का?' अशा प्रकारे ही मुद्रा स्वतःशी संवाद साधण्यासाठी एक संकेतदेखील आहे. पण एक गोष्ट लक्षात ठेवा, की ही मुद्रा आपल्या स्वतःसाठी बनवायची आहे, इतरांसाठी नव्हे. आपण जर एखाद्या चमूत काम करत असाल, तर इतरांनादेखील या मुद्रेद्वारे स्मरण देऊ शकाल.

अध्याय २८

आनंदाचा चश्मा
उतरू नये, उतरवू नये

दु:खातही खुश राहण्याचा दुसरा उपाय आहे, आनंदाचा चश्मा कधीही काढू नका, चेहऱ्यावरील हास्य लोप पावू देऊ नका.

एका मजेशीर उदाहरणाद्वारे हे समजून घेऊया.

एकदा नफरतीलालने मोठ्या गंभीर स्वरात आपल्या मुलाला विचारलं, 'बाळा, तू काही वाचत आहेस का?'

मुलाने म्हटलं, 'नाही बाबा.'

नफरतीलालने पुढे विचारलं, 'मग तू काही लिहीत आहेस का?'

यावर मुलगा म्हणाला, 'नाही बाबा.'

नफरतीलालने पुन्हा विचारलं, 'मग तू एखादं चित्र रेखाटत आहेस का?'

मुलाने म्हटलं, 'नाही बाबा.'

प्रत्येक प्रश्नाचं उत्तर 'नाही' असंच ऐकल्यानंतर नफरतीलालने रागाने म्हटलं, 'मग तू हा चश्मा का वापरतो आहेस? मी किती काळ तुझा हा वायफळ खर्च सहन करत राहू? तू हा अनावश्यक खर्च आणखी किती काळ असाच करत राहणार आहेस?'

सुखी जीवनाचे पासवर्ड

या उदाहरणात मुलाचा चश्मा हे आनंदाचं प्रतीक आहे. ज्याप्रकारे वडील कोणत्याही कामाशिवाय चश्मा वापरण्यासाठी मुलाला प्रतिबंध करतात, त्याचप्रकारे आपल्या अवतीभोवती असलेले लोकसुद्धा आपल्याला हाच सल्ला देतात, की 'दुःख असताना तुम्ही असं आनंदी राहू शकत नाही, आनंदरूपी चश्मा घालण्याचा तुम्हाला अधिकारच नाही.' मायेच्या आवरणाखाली राहणाऱ्या लोकांचं तर कामच हे आहे. ते अगदी ठामपणे सांगतील, की 'सभोवताली दुःखद वातावरण असतानाही, तुम्ही आनंदी कसे राहू शकता... हे जग खूप वाईट आहे... खऱ्याचा जमाना राहिलेला नाही... त्यांच्याकडे आनंदानं पाहणं धोकादायक आहे... म्हणून तुम्ही आपला आनंदाचा चश्मा उतरवा... आनंद व्यक्त करू नका.'

अशा वेळी आपल्या अंतरंगातून प्रकटणाऱ्या आनंदाच्या, आत्मानंदाच्या अनुभवाबाबत दृढता असायला हवी. अज्ञानामुळे लोक असंच काहीसं सांगतील, त्यात त्यांची काही चूक नाही. कारण त्यांना समाजाकडून हीच शिकवण मिळाली आहे. पण आपण त्यांचं म्हणणं न ऐकल्यासारखं करायचं आणि आनंदाच्या स्वीकार मुद्रेचा त्याग कधीही करायचा नाही, आनंदरूपी चश्मा कधीही उतरवायचा नाही. प्रत्येक घटनेकडे आपण आनंदाच्या नजरेतून, आनंदाच्या चश्म्यातूनच पाहायचं आहे.

प्रत्येक मनुष्याच्या मनामध्ये आपल्या कुटुंबीयांविषयी प्रेमभावना असते. तो जेव्हा कुटुंबातील सदस्यांना दुःखी अथवा आजारी पाहतो, तेव्हा स्वतःही दुःखी होतो. अशा प्रकारे तो जेव्हा दुःखद नजरेने आपल्या प्रियजनांना पाहतो, तेव्हा ते त्याला अधिकच दुःखी दिसू लागतात. अज्ञानामुळे मनुष्याकडून ही चूक घडून जाते. तो आपल्या प्रियजनांकडे दुःखद नजरेने पाहून त्यांचं दुःख हलकं करण्याऐवजी आणखीच वाढवतो. म्हणून तुम्ही जर कोणाला दुःखातून बाहेर काढू इच्छित असाल, तर आधी आपली ही चूक सुधारा; समोरच्याकडे दुःखरूपी चश्म्याने नव्हे, तर आनंदाच्या चश्म्यातून पाहा.

आपल्याला जेव्हा दुःखात दुःखी होण्याची ही चूक जाणवू लागेल आणि त्यात आपण सुधारणा कराल, तेव्हाच समोरचा मनुष्य दुःखातून बाहेर पडू शकेल. अन्यथा, तो मनुष्य दुःखातून बाहेर पडण्याची शक्यता खूपच कमी आहे. आपल्याला ही गोष्ट अतार्किक वाटू शकते; परंतु आपण जेव्हा याची अंमलबजावणी करून पाहाल, तेव्हा ही गोष्ट आपल्याला तर्कसंगत, योग्य वाटू लागेल.

सर्वप्रथम ही गोष्ट लक्षात ठेवा, की दुःखी होऊन आपण आपल्या प्रियजनांची मदत करू शकत नाही, उलट यामुळे आपण त्यांचं नुकसानच करतो. एखाद्या घटनेत आपण दुःखी होत आहात, याचाच अर्थ आपण दिखाऊ सत्यालाच (तथाकथित दुःखालाच) सत्य मानून बसला आहात.

आपण जर आपल्या प्रियजनांची मदत करू इच्छित असाल, तर सर्वप्रथम आपल्यात असलेल्या नकारात्मक भावनांचा त्याग करा. नकारात्मक विचार अथवा शब्दांद्वारे नकारात्मक भावनाच वाढीस लागतात. जोपर्यंत लोकांना हे सत्य समजत नाही, तोपर्यंत ते कोणत्याही गोष्टीचा नकारात्मक पैलूच पाहतात आणि नकारात्मक विचारच करत राहतात. जसं- देशात असंच चाललं आहे... लोक वाईट आहेत... सगळं काही चुकीचं घडत आहे... इथे पूर आला आहे... तिकडे भूकंप झाला आहे... इथे गरिबी आहे... तिथे आजार आहे... काहीही सुरळीत चालू नाही... इत्यादी. अशा प्रकारे जगात बहुतांश लोक नकारात्मकच विचार करत आहेत आणि आपणसुद्धा त्यांना साथ देऊन घटनांना अधिकाधिक चिघळवत आहोत. खरंतर आपण असा विचार करायला हवा, की 'मी माझ्याकडून कोणत्याही गोष्टीबाबत अथवा घटनेबाबत दुःखी होऊन तिला अधिक चिघळवणं बंद करेन. मला अकंप बनायचं आहे आणि कोणत्याही घटनेत मला नकारात्मक विचारांचं योगदान द्यायचं नाही.'

आपल्या प्रियजनांना दुःखी पाहून जर आपणही दुःखी होत असाल, तर याचा अर्थ आहे, आपण आनंदरूपी चश्मा काढून ठेवला आहे. परंतु आनंदाचा चश्मा उतरवल्याने आपण कधीही पुढे जाऊ शकणार नाही. उलट दुःखी होऊन आपण आपली उच्च चेतनेची अवस्था सोडून निम्न चेतनेच्या स्तरावर जातो. आपलं मन जर अकंप असेल आणि आपण प्रत्येक मनुष्याकडे आनंदाच्या चश्म्यातून पाहत असाल, तर आपण दुःखी मनुष्याला दुःखमुक्त करू शकता. सुरुवातीला हे काम आपल्याला कठीण वाटू शकतं; परंतु स्वतः दुःखातून बाहेर पडण्याचा आणि समोरच्या व्यक्तीला दुःखातून बाहेर काढण्याचा हाच सर्वोत्तम उपाय आहे. सगळं जग इकडचं तिकडं झालं तरी आपल्याला मात्र एकाच ठिकाणी राहायचं आहे आणि ते स्थान म्हणजे तेजस्थान! हे काही नवं नाही, प्राचीनतम स्थान आहे, मूलस्थान आहे. हे हृदयस्थान आहे, जे विचारांचा स्रोत आहे, आरंभबिंदू आहे. आपल्याला या आरंभबिंदूवर स्थित राहून विचारांना पाहण्याची कला शिकायची आहे, आत्मसात करायची आहे.

विचारांकडे तटस्थ भावाने पाहा

आपल्या अवतीभोवतीचे काही लोक दुःखाने घेरलेले असल्याचे आपल्याला दिसतात. अशा लोकांना पाहून आपल्याला कोणते विचार येतात आणि समज प्राप्त झाल्यानंतर कोणते विचार येतील? समज मिळण्याआधीचे विचार आणि समज मिळाल्यानंतरचे विचार, हे दोन स्तर समजा. आपण या दोन्हीपैकी नेमके कुठे आहोत, याचा विचार करा. विचारतरंग उठल्यानंतर आपण जर त्यांतच डुंबून जात असाल, तर त्या विचारांद्वारे आलेलं दुःख आपल्याला होईल. पण आपण जर त्या विचारांकडे तटस्थ भावाने पाहू शकलात, तर आपला आनंद कायम राहील.

मनुष्य नेहमी आपल्या विचारांद्वारे नकारात्मक गोष्टींनाच आकर्षित करत राहतो. इतरांचं दुःख पाहून तोही दुःखी होतो. म्हणून आपल्याला आपल्या वैचारिक शक्तीवर इतकं काम करायचं आहे, की आपल्या नजरेस कोणतीही नकारात्मक गोष्ट आली, तरी ती आपोआपच सकारात्मक होऊ लागेल. त्यासाठी आपल्याला विशेष काही करावं लागणार नाही, फक्त आपली दृष्टी म्हणजे पाहण्याचा दृष्टिकोनच पुरेसा असेल. आपल्याला कुठे पोहोचायचं आहे आणि आपण कुठे आहोत, या दोन गोष्टींतील फरक जेव्हा आपल्या लक्षात येईल, तेव्हा आपण आता कोणत्या स्तरावर आहोत, हे समजेल.

आपण जेव्हा जगात दुःख पाहतो, तेव्हा आपल्या अंतर्यामी जे विचार उमटतात, ज्या भावनांची निर्मिती होते, तोच आपल्यासाठी अभिप्राय आहे. शिवाय आपण कुठे आहोत आणि कुठे असू शकतो, हे दर्शवणारा फीडबॅक आहे.

आनंदाचा चश्मा वापरण्याची सवय आपल्या रक्तात उतरवा

आपल्याला त्या मूळस्थानी (स्रोतावर) पोहोचायचं आहे, जिथून प्रत्येक दृश्य कोणत्याही आसक्तीशिवाय पाहिलं जाऊ शकतं. प्रत्येक घटनेत जेव्हा आपण आपलं लक्ष सकारात्मक गोष्टींकडेच द्याल, प्रत्येक घटनेमागे दडलेलं सत्यच पाहाल, तेव्हा कोणतीही घटना आपल्याला विचलित करू शकणार नाही. दुःखद प्रसंगात स्वतःलाच विचारा, 'ही घटना मला अकंप बनवतेय, की दुःखी करत आहे?' अशा प्रकारे मन अकंप झाल्यानंतरच आपण लोकांना योग्य आणि आनंदाने मदत करू शकाल. **आनंदाचा चश्मा वापरण्याची सवय आपल्या रक्तातच उतरायला हवी.** एका उदाहरणाद्वारे हे समजून घेण्याचा प्रयत्न करूया.

एका मुलाला पुस्तकं वाचायला खूप आवडत असे. एकेक पुस्तक तो दोन-तीन-वेळा वाचत असे. आपल्या या सवयीमुळे त्याला खूप आनंदही होत असे. परंतु कधी कधी त्याच्या मनात असाही प्रश्न निर्माण व्हायचा, की 'प्रत्येक पुस्तक जर मी दोन-तीन वेळा वाचत असतो, तर मग माझ्यात काही कमतरता तर नाही?' एक दिवस तो आपल्या गुरुजींना भेटला आणि त्यांच्यासमोर त्याने आपली शंका मांडली. गुरुजींनी त्याच्या शंकेचं समाधान अशा प्रकारे केलं-

गुरुजी त्याला म्हणाले, 'पुन:पुन्हा पुस्तक वाचणं ही चांगली सवय आहे. मीरेकडे जशी एकतारी होती, तसं तुझ्याकडे पुस्तक आहे. प्रत्येक पुस्तक पुन:पुन्हा याचसाठी वाचायला हवं, कारण आपण फक्त स्वत:साठीच पुस्तक वाचत नाही. लोक या पुस्तकाचा अधिकाधिक लाभ कसा घेऊ शकतील, त्यांना अधिकाधिक मार्गदर्शन कसं मिळेल, या सर्व गोष्टींवरसुद्धा आपण विचार करायला हवा.'

अशा प्रकारे आपल्या मनात उद्भवलेली ही शंका दूर करून, आपल्याला जेव्हा संधी मिळेल, तेव्हा आपण पुस्तक वाचत राहिलं पाहिजे. ते ज्ञान जोपर्यंत आपल्या रक्तात उतरत नाही, म्हणजे जोपर्यंत आपला ब्लड रिपोर्ट बी + पॉझिटिव्ह (सकारात्मक बना) दर्शवत नाही, तोपर्यंत आपण पुस्तक वाचतच राहायला हवं. भविष्यात आपल्या ब्लड रिपोर्टमध्ये फक्त बी + पॉझिटिव्हच नाही, तर सी + पॉझिटिव्ह (see positive) ही यायला हवं. बी + पॉझिटिव्ह (be positive) चे दिवस संपले. आता नव्या पिढीतील लोकांच्या ब्लड रिपोर्टमध्ये सी + पॉझिटिव्ह (c+ve) यायला हवं. सी पॉझिटिव्ह (see positive) ने लोकांना आश्चर्य होईल. सी पॉझिटिव्ह म्हणजे सकारात्मक पाहणं.

खरंतर आपल्या समाजात आता सी + पॉझिटिव्ह (see positive) ब्लड ग्रुप असणाऱ्या लोकांचीच गरज आहे. कारण तेच आनंदित दानदाता (युनिव्हर्सल डोनर) बनतील.

आनंदाची मुद्रा धारण करा

मुलांची वार्षिक परीक्षा जवळ येते, तेव्हा कित्येक मुलं तणावग्रस्त असतात. परंतु ज्यांनी नियमितपणे अभ्यास केलेला असतो, अशी मुलं मात्र परीक्षेकडे आनंदाच्या चश्म्यातून पाहतात. अशी मुलं म्हणतात, 'परीक्षा जवळ आलीय, चला चांगली गोष्ट

आहे. आता सुट्ट्या लागतील. मग रोज रोज शाळेत जाऊन शिकण्यापासून काही काळ दिलासा मिळेल.'

आनंदाचा चश्मा घातल्याने परीक्षेकडे पाहणाऱ्या मुलांच्या सुट्ट्या त्याच दिवशी म्हणजे परीक्षेचं वेळापत्रक जाहीर होतं, तेव्हापासूनच सुरू होतात. अशी मुलं परीक्षेच्या आधीपासूनच खुश होतात. अन्य मुलं मात्र तणावग्रस्त असतात, त्यामुळे ती परीक्षेची प्रश्नपत्रिकाही मोकळ्या मनाने सोडवू शकत नाहीत. त्यांचं मन म्हणतं, 'आता तर आपण तणावातच असायला हवं. आधी परीक्षा होऊन जाऊ दे, मग आनंदाचं बघूया.' त्यांना जर त्यावेळी आपल्या मनाला सांगता आलं असतं, की 'आपल्या सुट्टीला प्रारंभ झाला आहे, तू आतापासूनच आनंदात राहायला सुरुवात कर,' तर त्यांना आनंदाने परीक्षा देता आली असती आणि ते उत्तमरीत्या पेपर सोडवू शकले असते. मग त्या आनंदात त्यांना अशा काही गोष्टी सुचल्या असत्या, ज्यांची त्यांनी कधी कल्पनाही केलेली नसते.

परीक्षेच्या वेळी आनंदी राहणाऱ्या विद्यार्थ्यांनाच योग्य उत्तरं सुचतात, दुःखी राहणाऱ्यांना नाही. 'परीक्षेत कॉपी करून काही विद्यार्थी जास्त गुण मिळवताहेत, मग आपणही तसंच का करू नये?' असाच विचार दुःखी विद्यार्थी करत राहतात. त्यांना हे माहीतच नसतं, की जे विद्यार्थी कॉपी करत आहेत, त्यांचा आयुष्याकडे पाहण्याचा दृष्टिकोन वेगळा आहे. ते विद्यार्थी जर आनंदाने पेपर लिहितील, तर आयुष्यात विकास साधू शकतील. त्यांनी उच्चपदप्राप्ती केली, तर नवे नियम, कायदे बनतील, नवी व्यवस्था निर्माण होईल.

'परीक्षा जवळ येतेय, अभ्यास करा, इतकं खुश कशाला होत आहात?' असं बहुतांश माता-पिता (पालक) परीक्षेच्या दिवसांत आपल्या मुलांना सांगत असतात. परंतु 'आनंदाने, उत्साहाने परीक्षा दिली, तर सर्व प्रश्नांची उत्तरं योग्यरीत्या लिहिता येतील,' असं जर त्यांना लहानपणापासूनच सांगितलं गेलं असतं, तर ती मुलं परीक्षेच्या दिवसांतसुद्धा आनंदी राहू शकली असती. अशा प्रकारे लहानपणापासूनच मुलांवर सगळीकडून मानसिक अत्याचार होत असतो. 'जगात इतकं दुःख असतानाही तुम्ही इतकं आनंदी का राहता, तुम्हाला आनंदी राहायचा काहीही अधिकार नाही,' असंच त्यांना वेगवेगळ्या शब्दांद्वारे सातत्याने सांगितलं जात असतं. अशा जगात आपण आनंदी कसं राहू शकतो, ही गोष्ट लोकांना तार्किकदृष्ट्या योग्यही वाटते. परंतु **जगात**

काहीही घडलं, तरी आपलं आनंदी असणं आणि प्रत्येक माणसाकडे आनंदाच्या चश्म्यातून पाहणं, हाच दुःख, गुलामी आणि अज्ञान नष्ट करण्याचा सर्वांत मोठा रामबाण उपाय आहे. जो या गोष्टीवर विश्वास ठेवतो, तोच आनंदाच्या मुद्रेचा अवलंब करतो आणि आनंदाच्या चश्म्यातून प्रत्येक मनुष्य आणि घटनेकडे पाहतो.

आनंदी असणं हा आपला मूळ 'स्व-भाव' आहे

आपल्याला आनंदाचा चश्मा कधीही उतरवायचा नाहीये. आपल्याला आनंदी राहण्याची सवयच जडायला हवी. कारण आपण प्रत्यक्षात जे आहोत, आपला जो मूळ स्वभाव आहे, तोच कायम राहायला हवा. आपल्याला आनंदी ठेवण्यासाठी कोणी काही करो अथवा न करो, तरीही आपण आनंदी राहू शकतो, ही दृढता प्राप्त होणं, हाच एक महत्त्वपूर्ण टप्पा आहे.

'मला दुःखात आनंदी राहायचंच आहे,' ही दृढता प्राप्त होताच आपल्याला जे हवंय, त्याच्यासाठी आपल्याला आणखी काय करायचं आहे? तर केवळ आनंदीच राहायचं आहे. हीच सगळ्यात महत्त्वाची गोष्ट आहे. आपण दुःखात आनंदी राहण्याची कला शिकून घेतली नाहीत, तर कधीही आपण आपल्या ध्येयापर्यंत पोहोचू शकणार नाही.

दुःखात आनंदी राहण्याचा हा उपाय केवळ सुलभच नाही, तर मनाला आवडणारासुद्धा आहे, कारण तो स्वाभाविक आहे. कोणताही मनुष्य असं म्हणणार नाही, की 'मला आनंदी राहायला आवडत नाही... गाणं गुणगुणणं मला आवडत नाही... संगीत ऐकणं मला आवडत नाही...' जगात अशी कोणतीही व्यक्ती असं म्हणू शकणार नाही, कारण आनंदी राहणं सर्वांनाच आवडतं.

प्रत्येक मनुष्य हेच म्हणतो, की 'जेव्हा मला आनंद होतो, तेव्हा मी खूप प्रसन्न असतो. मला खूप चांगलं, छान वाटतं.' कारण आनंद ही नैसर्गिक गोष्ट आहे, संगीतही तसंच आहे. जगातील प्रत्येक गोष्ट एका ऱ्हिदमने म्हणजे लयबद्धतेने चालली आहे. आपण जेव्हा या ऱ्हिदमच्या बाहेर पडता, तेव्हा विकारी, डिस-इज (Dis-ease) होऊन जाता. म्हणजेच आंतरिक संपन्नता, समृद्धी, आराम, चैन, विश्रांती, सहज भाव, सुखापासून दुरावले जाता. मग आपल्याला डिसीज म्हणजे शारीरिक अथवा मानसिक रोग, व्याधी जखडली जाते. ही समज जेव्हा आपल्यात दृढ होईल, तेव्हा आपण प्रत्येक

क्षणी आनंदी राहू शकाल. परंतु मध्येमध्ये जेव्हा आपण दुःखी होऊन पितळ बनता, तेव्हा आनंद आपल्यापासून दूर निघून जातो.

मात्र आपण जेव्हा चुंबक बनता, तेव्हा आनंद आपल्या बरोबरच असतो. म्हणून आपण चुंबक बनण्याचा कालावधी वाढत जावा आणि पितळ बनण्याचा कमी व्हावा. मग आपण म्हणाल, 'पितळ बनण्याची, दुःखी राहण्याची काही आवश्यकताच नव्हती.' ही समज दृढ करून आनंदाचा चश्मा कधीही काढू नका. मग पाहा, काय चमत्कार होतो ते. याचे परिणाम जेव्हा समोर येतील, तेव्हा समज आणखी प्रगल्भ होईल. अशा प्रकारे प्रत्येक घटनेबरोबर आपली समज अधिकाधिक दृढ होत जाईल. मग आपल्याला हे सांगण्याची आवश्यकताच भासणार नाही, की 'आनंदाचा चश्मा वापरा... तो काढू नका...' कारण आता तो आपला स्व-भावच बनलेला असेल.

अध्याय २९

दुःखातून प्राप्त झालेल्या शक्तीचा सदुपयोग

दुःखाचं आगमन होत असतं आपल्याला जागृत करण्यासाठी, कोणाला दुःखी करण्यासाठी नव्हे, ही गोष्ट नेहमीच लक्षात ठेवा. म्हणून प्रत्येक घटनेकडे अशा प्रकारे पाहा, की या घटनेद्वारे आलेलं दुःख खरंतर आपल्याला शक्ती प्रदान करत आहे. दुःख हे दर्शवण्यासाठी आलंय, की आपल्याला प्रत्येक परिस्थितीत अकंप, निश्चल राहायचं आहे. खरंतर हे दुःख आपल्या अविचल राहण्याच्या शुभेच्छेला बळ देत असतं. दुःखात आनंदी राहण्याचा तिसरा उपाय आहे, **दुःखातून प्राप्त झालेल्या शक्तीचा सदुपयोग करणं**. जेव्हा मनुष्याच्या जीवनात दुःख येईल, कोणी दुर्व्यवहार करेल, अशा वेळी त्याने स्वतःला सांगायला हवं, वास्तविक **ही घटना माझ्यातील शुभ-इच्छेला बळ देण्यासाठी घडली आहे**. अशा प्रकारे मनुष्याला जेव्हा शुभ-इच्छांचं बळ प्राप्त होतं, तेव्हा त्याच्या आयुष्यात त्याला हव्या असणाऱ्या गोष्टी आकर्षित होतात.

मनुष्याला त्याच्या दुःखातून मुक्त होण्याच्या शुभ-इच्छेला बळ मिळावं, याचसाठी त्याच्या जीवनात दुःखाचं आगमन होत असतं. मनुष्याने त्या शक्तीचा उपयोग करून घ्यायला हवा. माझ्या वाट्याला हे दुःख का बरं आलं, असा विचार करून केवळ ते दुःख उगाळत बसू नये. सर्वकाही जर त्याच्या मनासारखंच घडू लागलं, तर त्याच्यातील शुभेच्छांना बळ मिळणंच बंद होईल. परंतु वस्तुस्थिती ही आहे, की

शक्तीशिवाय मनुष्याच्या अंतरंगातून प्रार्थना उमटत नाही, त्याच्या अंतर्मनातून ती साद घातली जात नाही. याचाच अर्थ, **दुःख ही आपल्यातील शुभेच्छांच्या बळाला प्रबळ बनविण्याची व्यवस्था आहे.**

जोपर्यंत कोणतीही गोष्ट, वस्तू, गुण, स्वास्थ्य, दौलत इत्यादी आपल्या आयुष्यात प्रकट होत नाही, तोपर्यंत त्या इच्छेला बळ मिळत राहायला हवं. हीच प्रमुख अट आहे. इच्छेला बळ प्राप्त होताच ती गोष्ट प्रकट होऊ लागते, जिच्या प्राप्तीची आपल्याला ईश्वराकडून अपेक्षा असते. जसं, गॅसच्या शेगडीवर दूध गरम करण्यासाठी ठेवलेलं असेल आणि मध्ये मध्ये गॅस बंद करत राहिलं, तर दूध गरम होणार कसं? दूध गरम होण्यासाठी त्याला सातत्याने धग मिळत राहणं आवश्यक आहे. त्याचप्रकारे मनुष्याच्या जीवनात सर्व काही उत्तमच घडत राहिलं, तर त्याचं मूळ कार्य (स्वतःला जाणून घेण्याचं कार्य) कधी पूर्ण होणारच नाही, जे करण्यासाठी तो या भूतलावर अवतरला आहे. म्हणून मूळ कार्याच्या पूर्ततेसाठी मनुष्याला दुःखाचं बळ मिळत राहणंही आवश्यक आहे, जेणेकरून तो आपल्या लक्ष्यानुसार सर्व अनुभव प्राप्त करू शकेल.

निसर्गाचं दुःखरूपी जाळं

निसर्ग, नेहमी दुःखरूपी जाळ्याद्वारे आपल्याला संकेत देत राहतो. आपण या संकेतांना समजून घेऊन त्यानुसार आयुष्य जगलं, तर आपलं जीवन सहज, सरळ आणि सुंदर होईल. हे जाळं काही सर्वसाधारण जाळं नाही. कारण हे एक असं जाळं आहे, जे आपल्यातील चुकीच्या सवयी, आपल्या वृत्ती जाळून नष्ट करून टाकतं. योग्य समज असलेला मनुष्य या जाळ्यात अडकून आपल्यातील वृत्तींना भस्म करून टाकेल. मात्र योग्य समज नसलेला मनुष्य याला त्रास समजून यापासून पलायन करेल.

दुःखप्राप्ती हादेखील नियतीचा एकप्रकारे संकेतच आहे. दुःखामागचा संकेत हाच आहे, की ते आपल्याला काहीतरी सुचवू इच्छित असतं. मनुष्याला जेव्हा कोणतंच दुःख नसतं, तेव्हा त्याला चांगलं वाटत असतं. त्याला वाटतं, की आता आपल्या आयुष्यात कोणती अडचणच नाही. परिणामी त्याचं मन शुभ-इच्छा (वास्तविक गरज) सोडून अन्यत्र भटकू लागतं.

यासाठी एक गोष्ट नेहमी लक्षात ठेवा, की **जे दुःख मनुष्याला मारूनच टाकत नाही, ते त्याला अधिकाधिक कणखर बनवत असतं, बळ देतं.** त्या शक्तीमुळेच

त्याच्या मनात हे प्रश्न निर्माण होतात, की 'मी नेहमी असाच राहणार आहे का...? इतरांच्या दुःखाने मी नेहमी त्रस्त होणार का...? माझ्याबाबत नेहमी असंच घडणार आहे का...? बाह्य परिस्थिती माझा आनंद नियंत्रित करेल का...?' असे प्रश्न निर्माण होताच शुभ इच्छा दर्शवेल, 'नाही, सध्या माझ्याबाबत असं घडतंय खरं; परंतु भविष्यात अशी परिस्थिती नसेल. मला या दुःखांतून मुक्त व्हायचंच आहे.' अशा प्रकारे आपल्यातील शुभ इच्छांना जबरदस्त बळ प्राप्त होईल.

शुभ इच्छांचं बळ प्राप्त करून आपण योग्य प्रार्थना करण्यास प्रारंभ कराल, की 'लोक कसेही असू देत, अख्खं जग दुःखात आकंठ बुडू देत; परंतु माझ्यावर अथवा माझ्या आयुष्यावर त्या दुःखाचा कोणताही परिणाम होणार नाही. मी नेहमी आनंदातच राहणार. मी आनंदी असेन तर त्याचा जगावरही सकारात्मकच परिणाम होईल.'

जसं, वरिष्ठ रागवल्यानंतर आपल्याला जे दुःख होतं, त्यामुळे वाटतं, की 'काहीही होवो, प्रत्येक स्थितीत आपण निश्चल असायला हवं.' आपण व्यक्त केलेली ही इच्छा म्हणजे आपल्याकडून नियतीला केली गेलेली प्रार्थना आहे. याचा अर्थ आहे, आनंदी राहण्याची प्रार्थना सातत्याने करत राहण्यासाठीच आपल्या आयुष्यात दुःखाचं आगमन होत असतं. दुःखाचं आगमन झाल्यानंतरच आपण आनंदासाठी सतत प्रार्थना करत राहता. त्या प्रार्थनेचा परिणाम त्वरित दिसेल अथवा दिसणार नाही; परंतु तरीदेखील आपल्याला सातत्याने प्रार्थना करायची आहे. एखाद्या घटनेने आपल्याला दुःख झालं, तर म्हणा, 'ठीक आहे, या घटनेतून मला फक्त बळ घ्यायचं आहे.' अशा प्रकारे 'दुःख मला शक्ती प्रदान करण्यासाठी आलंय, बळ द्यायला आलंय,' या वास्तवाबाबत आपली दृढता वाढू लागेल, तेव्हा आपल्या आयुष्याचा पूर्णपणे कायापालट होईल.

आपल्या अवतीभोवती असणाऱ्या लोकांशी जेव्हा वितुष्ट येतं, तेव्हा आपल्या मनाला ठेच लागते आणि आपण दुःखी होतो. परंतु अशा घटना आपल्याला कशा प्रकारे बल प्रदान करत आहेत, हे लक्षात घ्या.

कोणी आपल्याशी नीट बोलत नसेल, अथवा कुटुंब सदस्यांशी काही मतभेद झाले, तर आपल्यात प्रश्न निर्माण होतो, की 'अखेर कुठवर आपण असं दुःखी होत राहणार? आपल्यातील आनंद इतर लोकांवरच अवलंबून आहे का? लोक जर आपल्याशी चांगलंचुंगलं, गोडगोड बोलले, तरच आपण आनंदी होऊ शकतो का? असं जर असेल, तर मग आपण मुक्त कधी होणार? अशा वेळी आपल्या अंतरंगातून

ही तीव्र इच्छा जागृत होते, की 'आपल्या अवतीभोवतीचे लोक सुधरोत अथवा न सुधरोत... पृथ्वीतलावरील एकही मनुष्य बदलो अथवा न बदलो... तरीही आपण आनंदीच राहणार.' अशा प्रकारचे विचारच आपल्याला आश्चर्यजनक बळ प्रदान करतात, ज्यांचा परिणाम काही कालावधीने आपल्या जीवनात दिसू लागतो.

या सर्वांची माहिती झाल्यानंतर आपल्या अंतरंगात या गोष्टीबाबत दृढता यायला हवी, की आपल्या आनंदासाठी आपण इतरांवर अवलंबून राहायचं नाही. ही दृढताच आपला रंग दाखवते, मनुष्यातील समज वाढवते. अन्यथा अज्ञानात लोक असंच समजून बसतात, की 'आपण तेव्हाच आनंदी होऊ, जेव्हा लोक आपल्याबरोबर अशा अशा प्रकारे वागतील, व्यवहार करतील.' मात्र आता हा गैरसमज लवकरात लवकर दूर व्हायला हवा.

अध्याय ३०

सूक्ष्म चुका ओळखा

घटनांद्वारे मिळणारं बळ प्राप्त करण्यात कधी कधी मनुष्याकडून सूक्ष्म अशा चुकाही घडतात. जसं, कोणीतरी आपल्याबाबत टीकाटिप्पणी केली आणि त्या गोष्टीने आपल्या मनाला वेदना झाल्या. तेव्हा आपल्याला वाटतं, 'मी लोकव्यवहाराने अशा प्रकारे कुठवर दुःखी होत राहणार? आता मला या सगळ्यातून बाहेर पडायलाच हवं.' असे विचार येऊ लागताच आपल्यातील शुभ इच्छांना बळ प्राप्त होतं आणि या बळाचं फळ आपल्याकडे येण्यास सुरुवात होते. मात्र हे सर्व अदृश्यावस्थेत घडत असल्याने मनुष्याला समजत नाही.

मग दुसऱ्याच क्षणी मनुष्याच्या मनात विचार येतो, 'तो मनुष्य मला असं का बोलला...?' बस्स... याच क्षणी त्याच्याकडून नेमकी चूक घडते. असा विचार करून तो पुन्हा नकारात्मक दृश्यामागे जातो. नकारात्मक दृश्याकडे लक्ष केंद्रित होताच भावनाही दुःखद होते. म्हणून बळाचं फळ आपल्या आयुष्यात येईपर्यंत दरम्यानचा जो रिक्त काळ आहे, त्या कालावधीत आपण स्वतःला सांभाळायचं आहे. या रिकाम्या वेळेतच योग्य बीजारोपण करण्याचं कर्म करायचं आहे, त्याचबरोबर आपल्या मनालाही अकंप - निश्चल ठेवायचं आहे.

याला असं समजू या, एकदा एखाद्या घटनेकडून बळ प्राप्त केल्यानंतर पुन्हा परत त्या घटनेकडे मान वळवून पाहायचं नाही, हे लक्षात घ्या. आपण जर पुन्हा त्या घटनेकडे

पाहाल, तर त्यातून मिळणाऱ्या बळाचा अंत होऊन जाईल, कारण दुःख पुन्हा त्रस्त करेल. म्हणून आपल्यात ही दृढता निर्माण करा, की घटनेकडे पाहायचंच असेल, तर ते बळ प्राप्त करण्यासाठीच, अन्यथा त्याकडे ढुंकूनही पाहायचं नाही.

घटनांतून बोध प्राप्त करून आपल्याला बलवान बनायचं आहे. ही इतकी सूक्ष्म गोष्ट आहे, की यात प्रत्येकाकडून चूक होते. म्हणून आपल्याला आपल्या आतच अशी तयारी करावी लागेल, जेणेकरून प्रत्येक घटनेतून बल प्राप्त केल्यानंतर त्या घटनेच्या नकारात्मक बाबींकडे पुन्हा फिरून पाहायचंच नाही. हे सुलभही आहे आणि सरळही आहे. म्हणूनच मनुष्य हे अगदी सहजपणे विसरून जातो.

जसं, आपण एखादं कोडं सोडवलं, तर त्या कोड्याचं उत्तर आपल्याला त्यावेळेपुरतंच लक्षात राहतं. परंतु सुलभतेमुळे काही दिवसांनंतर आपण हे विसरून जातो, की आपण त्या कोड्याचं उत्तर कसं शोधून काढलं होतं. आता पुन्हा आपल्या अंतरंगात तीच सहजता आणा. असं कदापिही समजू नका, की आपली कामं खूपच खडतर असून, ती खूप संघर्षानंतरच पूर्ण होतात. उलट असा विचार करा, की 'सगळं काही खूप सोपं आहे.' हे लक्षात ठेवण्यासाठी प्रत्येक घटनेत आपल्या समजेची चौकशी पूर्ण प्रामाणिकपणे करा. प्रत्येक घटनेत आपल्या भावभावनांचं परीक्षण करा आणि दुःखदायक घटनांतून बळ प्राप्त करा.

बळ प्राप्त न होण्याची दोन कारणं

आता प्रश्न असा निर्माण होतो, की अखेर मनुष्य दुःख देणाऱ्या घटनांतून बळ प्राप्त का करू शकत नाही? तर याचं उत्तर आहे, दोन कारणांमुळे मनुष्याला दुःखदायक घटनांतून बळप्राप्ती करता येत नाही.

पहिलं कारण आहे, मनुष्याला दुःखाचं बटन दाबण्याची, विरोध करण्याची, गतिरोधक लावण्याची सवयच जडली आहे. म्हणून त्याच्या जीवनात दुःखाचा मुक्त प्रवाह (फ्री फ्लो) होऊ शकत नाही. तो आपल्या दुःखाला किनारा देऊन दुःखाची नदी बनवत राहतो. मुक्तीचा फ्री फ्लो सर्वांनाच आवडतो; पण दुःखाचाही फ्री फ्लो असायला हवा, ही गोष्ट लोकांना माहीतच नाही. मीठसुद्धा जेव्हा एका जागी साचून राहतं, तेव्हा आपल्याला ते आवडत नाही. आपल्याला वाटतं, की ते फ्री फ्लो असावं. त्याचप्रकारे अवरोधामुळे दुःखही जेव्हा साचून राहतं, त्याचा फ्री फ्लो होत नाही, तेव्हा

मनुष्य आपल्याच पायावर कुऱ्हाड मारून घेतो आणि आश्चर्याची गोष्ट म्हणजे हे त्याला कधी कळतच नाही. आता आपल्याला फक्त इतकंच करायचं आहे, दुःखाचा अवरोध, ते अस्वीकार करणं बंद करायचं आहे. तरच आपल्याला दुःख हे दुःख वाटणार नाही, उलट दुःखाचा स्वीकार केल्याने बळ प्राप्त होईल.

दुसरं कारण आहे, मनुष्याचं अज्ञान. मनुष्याला हे माहीतच नाही, की दुःख जीवनात बळ घेऊन येतं, ज्याला नेहमी प्रबळ बनवून ठेवण्याची गरज आहे. दुःख आलं की लोक, 'दुःख आलंय, नैराश्य आलं आहे, उदासी आली आहे,' असे शब्दप्रयोग करतात आणि आपल्याच शब्दांच्या जाळ्यात गुरफटून बसतात. आपल्या भावनांना आपण काय नाव द्यावं, हे जेव्हा लोकांना समजत नाही, तेव्हा ते आपल्याद्वारे म्हटले गेलेल्या अवजड शब्दांत स्वतःच अडकून बसतात. जसं, कोळी आपल्याच तोंडातून निघालेल्या धाग्याने जाळं विणतो आणि त्याच जाळ्यात स्वतःच अडकतो. म्हणून शब्द उच्चारण्याआधी (बोलण्याआधी) मनुष्याने विचार करायला हवा, की दुःखाचं आगमन झालं तर काय म्हणायला हवं? नैराश्य आलंय, उदासी आलीय म्हणण्याऐवजी, बळ आलंय, विकास आला आहे, जोकर आला आहे, फीडबॅक आला आहे; ईश्वराचं बोलावणं, निमंत्रण, संदेश आला आहे, असं म्हणायला हवं.

दुःखाला जर आपण जोकर समजलं, तर या पृथ्वीरूपी सर्कशीत आपण आलो आहोत, हे आपल्या लक्षात येईल. कारण क्षणोक्षणी असे जोकर म्हणजे तथाकथित दुःखं तर येतच राहणार. आपल्याला त्यातूनही आनंद घ्यायला शिकायचं आहे, दुःखी होऊन अश्रू ढाळायचे नाहीत.

दुःखाला जर आपण ईश्वराचा संदेश अथवा निमंत्रण यांच्या रूपात पाहाल, तर दुःखदेखील आपल्याला आनंदच देईल. कारण दुःखाच्या माध्यमातून ईश्वर आपल्याला स्वतःकडे आकृष्ट करत आहे.

दुःख आपल्याला दुःख देण्यासाठी येत नाही, तर ते आपल्याला आनंद प्रदान करण्यासाठी निमित्त बनतं. तसंच, प्रत्येक घटनेचं आगमन आपल्याला बळ देण्यासाठीच होत आहे. म्हणून आपण त्या बळाचा योग्य रीतीने विनियोग करून दुःखातून मुक्त व्हायला हवं.

अध्याय ३१

बुद्धिबल, मनोबल आत्मबल प्रभावी बनवा

दु:खात खुश राहण्याचा पाचवा उपाय आहे- **प्रत्येक बल म्हणजेच बुद्धिबल, मनोबल आणि आत्मबल प्रबळ बनवणं.** मनुष्यातील या तीन शक्ती प्रबळ झाल्या तर तो कोणत्याही दु:खात खुश राहू शकतो. या तीन बलांचा विकास झाल्यानंतरच सर्जनशीलता, एकाग्रता, मौन आणि समाधी यांचा अभ्यास होऊ शकतो. आता आपण या तीन महत्त्वपूर्ण शक्तींविषयी सविस्तरपणे जाणून घेऊ या.

१. बुद्धिबल

सर्वप्रथम आपलं बुद्धिबल कशा प्रकारे वृद्धिंगत करायचं, हे समजून घेऊ या. विवेक आणि बुद्धिबल यांच्या साहाय्याने आपण अत्यंत कठीण निर्णयदेखील चुटकी-सरशी घेऊ शकतो. बुद्धिबल प्राप्त केल्यानंतर मनुष्य केवळ समस्यांचं निराकरणच करत नाही, तर प्रामाणिकपणे स्वचौकशी करून स्वतःला जाणण्याचं कार्यदेखील पूर्ण करतो. आपल्या बुद्धीचा इतरांनाही उपयोग व्हावा, यासाठीदेखील मनुष्यानं स्वतःचं बुद्धिबल वाढवण्याचा प्रयत्न करायला हवा.

कधी कधी लोक बुद्धिबल असूनही अज्ञानवश विवेकहीन बनून बुद्धीचा अयोग्य वापर करतात. जो मनुष्य केवळ पैसे कमावण्यासाठी आणि इतरांना फसवण्यासाठी बुद्धीचा वापर करतो, तो बुद्धीचा अगदी दुय्यम उपयोग करतो. अशुद्ध बुद्धी असलेला

मनुष्य बुद्धीचा उपयोग बहाणे देण्यासाठी करतो. हे पुढील उदाहरणाद्वारे समजून घेऊ या.

एका बागेच्या बाहेर एक फलक लावण्यात आला होता. त्यावर लिहिलं होतं, 'इथे फूल तोडण्यास मनाई आहे.' हे वाचून एक मुलगा फुलाचं पूर्ण रोपटंच उपटून घेऊन गेला. याबाबत त्याला विचारलं, तेव्हा त्याने उत्तर दिलं, 'मी फूल कुठे तोडलं? मी तर रोपटं उपटलं. रोप उपटायला बंदी आहे, असं तर इथे लिहिलेलंच नाही.'

खरंतर इथे तो मुलगा सर्वांना फूल (fool) बनवण्याचा प्रयत्न करत असतो. परंतु असं करून तो स्वतःच्या जीवनात फूल नव्हे, तर काटे पेरत असतो. आता पाहा, या मुलाची बुद्धी किती तीक्ष्ण आहे पण त्याने त्याच्या बुद्धिबलाचा अयोग्य वापर केला. पूर्ण झाड उपटून त्याने बागेच्या सौंदर्याची हानी तर केलीच शिवाय तेथील नियमांचं उल्लंघनही केलं.

बुद्धीच्या विकासासाठी काय करायला हवं, हे आता आपण समजून घेऊ या. बुद्धी प्रबळ बनवण्यासाठी अत्यंत महत्त्वपूर्ण बाब म्हणजे मनुष्यानं नेहमी सजग राहून बुद्धीचा उपयोग करायला हवा. यासाठी त्याने प्रज्ञावान लोकांच्या संगतीत राहायला हवं. प्रज्ञावान लोकांचे विचार ऐकून, त्यांची कार्यपद्धती पाहून बुद्धी खुलू लागते, विकसित होते. एखाद्याची गगनभरारी पाहून आपल्यालादेखील उडण्याची प्रेरणा मिळते.

दुसरी महत्त्वपूर्ण बाब आहे, बुद्धी मलिन होऊ देता कामा नये. बुद्धीला मलिन होण्यापासून वाचवण्यासाठी आपण आपल्या इंद्रियांवर ताबा राखणं गरजेचं आहे. त्याचबरोबर नियमितपणे धार्मिक आणि आत्मविकासासाठी साहाय्यभूत ठरणारी पुस्तकं वाचायला हवीत. बुद्धी कुशाग्र बनवण्यासाठी मनुष्याने इतरांच्या समस्या सोडवण्यास मदत करायला हवी. सेवेच्या माध्यमातून आपल्यातील गुणांची अभिव्यक्ती करायला हवी. बुद्धीचा सदुपयोग व्हावा यासाठी निरर्थक गोष्टींमध्ये वेळ दवडू नये. आजवर ज्याप्रकारे जीवन चाललंय, त्यात काही बदल करण्याची आवश्यकता आहे का? हा प्रश्न मोकळ्या वेळेत स्वतःला विचारायला हवा. आणि समजा काही बदल घडवण्याची आवश्यकता असेल, तर उचित बदल करण्याचं कार्य त्वरित हाती घ्यायला हवं. नवीन प्रयोग अथवा काम करण्यासाठी नवीन पद्धतींचा अवलंब करायला हवा. आपले विचार सकारात्मक बनवायला हवेत आणि नकारात्मक विचारांकडे अनासक्त होऊन पाहण्याची कला अवगत करायला हवी. अशा प्रकारे बुद्धीचा सर्वांगीण विकास करून

विश्वाची सर्वांत मोठी जबाबदारी घ्यायला हवी.

२. मनोबल

एखाद्या घटनेत आपण खूपच दुःखी होत असाल, तर तुमचं मनोबल घटलं आहे, हेच दर्शवतं. अशा वेळी आपलं मनोबल प्रबळ करण्याची आवश्यकता असते. उच्च मनोबलाने मनुष्याचं मन अकंप होतं. मग कोणत्याही घटनेमुळे ते कंपित होत नाही. याउलट मन अकंप नसेल, तर दरवाजाची बेल वाजली तरी ते कंपित होतं. असा मनुष्य बेलचा आवाज ऐकताच नकारात्मक स्वसंवाद सुरू करतो, 'आता पुन्हा एक नवीन आपत्ती आली... अवेळी नको ते पाहुणे आले... आता कधी जातायत कोण जाणे?' कंपित मन कोणत्याही घटनेने त्वरित डगमगतं. असं मन नेहमी दुःखाला निमंत्रण देतं. यासाठी आपलं मनोबल प्रबळ बनवायला हवं.

ज्याप्रमाणे कपड्यांचा मळ काढून कपडे स्वच्छ केले जातात, त्याचप्रमाणे आपल्या मनातील मलिनता नष्ट करून मन स्वच्छ आणि पवित्र बनवायचं आहे.

मनोबल वाढवण्यासाठी आपल्या जीवनातील प्रत्येक घटनेची किंमत ठरवावी लागेल. मनुष्याची बुद्धीच प्रत्येक घटनेची किंमत ठरवते. म्हणून ज्या घटनेला जितकी किंमत देणं गरजेचं आहे, तितकीच ती द्यायला हवी. त्यापेक्षा अधिक किंमत देऊ नये. एखादी घटना घडल्यानंतर 'या घटनेची किंमत किती?' असा प्रश्न स्वतःला विचारायला हवा. यावर उत्तर आलं, 'या घटनेची किंमत दहा मिनिटं दुःखी होणं ही आहे' तर मग आपण केवळ दहा मिनिटंच दुःखी राहायचं आहे, त्याहून अधिक नाही. हे करत राहिल्याने काही कालावधीनंतर दहा मिनिटं पूर्ण होण्यापूर्वीच ती दुःखद भावना नाहीशी झाल्याचं तुम्हाला जाणवेल. याचा अर्थ, त्या घटनेने दहा मिनिटं दुःखी होणंदेखील जास्तच आहे. निरंतरतेने हे करत राहाल तर एक दिवस असा येईल, की एखादी नकारात्मक घटना घडल्यानंतर केवळ घड्याळ पाहताच आपलं दुःख विलीन झाल्याचं जाणवेल. अशा प्रकारे मनोबल वाढलं, की कोणत्याही वावटळीत आपण अकंप राहून योग्य निर्णय घेऊ शकाल.

मनोबल वाढवण्यासाठी आपण आपल्या मनाच्या विविध अवस्था जाणून घ्यायला हव्यात. मनाच्या इच्छा आणि अवस्था प्रतिक्षण बदलत असतात. अशांती हा कंपित मनाचा स्वभाव आहे. बारकाईनं निरीक्षण केलं तर दिसून येईल, की कधी आपलं

मन व्याकूळ असतं, तर कधी आनंदी. कधी रागात असतं, तर कधी लोभ, लालसेत मश्गूल. कधी भयभीत आणि आक्रसलेलं असतं, तर कधी त्रस्त आणि चिंताग्रस्त. कधी एखाद्याबद्दल द्वेष आणि तिरस्कारानं भरलेलं असतं, तर कधी अपराधी भावनेनं पछाडलेलं असतं. कधी अहंकारी तर कधी इच्छाधारी. कधी कपटी, कावेबाज तर कधी तार्किक. कधी तुलना करत बसलेलं असतं, तर कधी कल्पनादास बनलेलं असतं. कधी नशेत असतं, तर कधी प्रक्षोभित. आपण जेव्हा मनाच्या या वेगवेगळ्या अवस्था जाणू लागाल, तेव्हा मनोबल सहजपणे वाढवू शकाल. मग मनोबल वाढल्याने आपल्या जीवनात सुखशांती पसरेल. आपण जेव्हा निरीक्षणाद्वारे मनाचं वास्तव जाणाल, तेव्हा मन ज्ञान घेण्यासाठी आणि प्रांजळपणे आत्मनिरीक्षण करण्यासाठी तयार होईल.

३. आत्मबल

आत्मबल नसेल तर दया, करुणा, अहिंसा आणि प्रेम हे गुण आपल्यात येऊच शकत नाहीत. आत्मबलाच्या साहाय्याने काम, क्रोध, लोभ, मोह आणि अहंकाररूपी राक्षसांवर विजय प्राप्त करणं सहज शक्य होतं.

आपल्याला ज्या शक्ती बाहेरून मिळतात, त्या काही काळातच नष्ट होतात. परंतु आपल्या आत अशी एक शक्ती आहे, तिचा आपण जितका उपयोग कराल, तितकी ती अधिकाधिक वाढत जाते. ती शक्ती आहे- आत्मशक्ती म्हणजेच आत्मबल!

आत्मबल वाढवण्यासाठी आपल्याला निर्णय घेण्याच्या शक्तीवर कार्य करावं लागेल. एखाद्या दिवशी कोणा महापुरुषाचं आत्मचरित्र वाचण्याचा निर्णय घेतला, तर याचाच अर्थ आपण आत्मविकास करण्याचा निर्णय घेतला असा होतो. कधी सत्संगात सहभागी होण्याचा निर्णय घेतला, तर आपण सत्यश्रवणाचा निर्णय घेतला आहे, हेच यातून समजून येतं. आपण या निर्णयांवर ठाम राहिल्याने आपलं आत्मबल वाढत जातं.

आपले लहानसहान निर्णय आपलं आत्मबल वाढवण्यासाठी साहाय्यक ठरतात. आपल्या प्रत्येक निर्णयाने आपण आत्मविश्वासरूपी मनोऱ्याची एक एक विट जोडत जातो. प्रत्येक निर्णयावर काम करून आपण मनोऱ्याच्या शिखराकडे अग्रेसर होतो. आपण जेव्हा योग्य निर्णय घेतो, तेव्हा आपल्या जीवनातील बऱ्याचशा गोष्टी योग्य रीतीने साकारू लागतात. वास्तवात सत्यसंग, पुस्तक-पठण आणि व्यायाम यांच्याऐवजी आपण तो वेळ टीव्हीवरील कार्यक्रम पाहण्यात घालवू शकला असता. परंतु आपण

सत्याची कास धरण्याचा, विकास करण्याचा निर्णय घेतला आहे. त्यामुळे आपण स्वतःहूनच अशा मायावी आकर्षणांपासून दूर राहाल. असे निर्णय आपण सतत घेत राहा आणि आत्मबल वृद्धिंगत करत राहा.

आत्मबल वाढताच मनुष्य मोठमोठी कार्य धैर्याने आणि समष्टि-कल्याणाच्या विचाराने करू शकतो. त्यानंतर त्याला जे ज्ञान प्राप्त झालं आहे, ते सर्वांना लाभावं असे विचार त्याच्या मनात येतात. व्यक्तिभावरहित जीवन जगणारे लोक कधीही त्यांच्यात आत्मबलाची उणीव राहू देत नाहीत. इतरांची सेवा करण्याचं कार्य करणारे लोक नेहमी साहसाने आणि निडरतेने जीवन जगतात. एखाद्या प्रसंगी त्यांना भीती जाणवली, तरीदेखील ते त्यांचं कार्य अर्धवट सोडून देत नाहीत.

आपल्यात आत्मबलाची उणीव जाणवत असेल तर विचार करा, 'मी अव्यक्तिगत जीवन जगत आहे का? इतरांसाठी मी असं काय करत आहे, जे निःस्वार्थ आणि अव्यक्तिगत आहे?' या प्रश्नांची उत्तरं मिळाल्यानंतर आपलं आत्मबल वाढत जाईल. आत्मबल प्राप्त केल्यानंतर आपण सुख-दुःखापलीकडील स्थितप्रज्ञ अवस्थेप्रत पोहोचाल. त्यानंतर हे आयुष्य कोणत्या महाजीवनासाठी मिळालं आहे, याची जाण आपल्याला होईल.

अध्याय ३२
कारची स्क्रीन सदैव स्वच्छ ठेवा

मनुष्याच्या जीवनात त्याला बऱ्याच समस्या वा त्रास जाणवत असतो. वास्तविक त्या त्याच्यासाठी फळ, उपहार, शिडी, शिकवण अथवा आव्हान घेऊन आलेल्या असतात. ही समज त्याने प्राप्त करायला हवी. **आपल्या जीवनाच्या कारची स्क्रीन स्वच्छ ठेवणं, हाच दुःखमुक्तीचा सहावा उपाय आहे.**

याला अशा रीतीने समजायला हवं, की प्रतिकूल परिस्थितीचं वादळ माणसाला कणखर बनवतं. हा 'कणखरपणा' त्याच्यासाठी कितीतरी मोठा उपहार आहे. आपल्या जीवनात जर प्रतिकूल परिस्थिती निर्माण झाली नसती, तर आपलं मन कधीही कणखर बनू शकलं नसतं. परंतु मनुष्य अशा रीतीने विचार करूच शकत नाही.

मनुष्याला हे ज्ञान असतं, तर त्याला त्याच्या व्यथांमध्ये दडलेला उपहार दिसला असता. परंतु हे ज्ञान नसल्यामुळे मनुष्य नकारात्मक घटना पाहून दुःखी होतो. जसं, एखाद्या नातेवाइकाचा मृत्यू झाला... कोणी मित्र आजारी पडला... नोकरीत प्रमोशन मिळालं नाही... नोकरीतून काढून टाकलं... मुलगा नापास झाला... इत्यादी. माणसाने गतकाळातील घटनांचा आढावा घेतला तर त्याला समजेल, की ज्या घटनांनी तो व्यथित वा दुःखी झाला होता, वास्तवात त्याच घटना उपहार देऊन गेल्या आहेत. सर्वकाही दिव्य योजनेनुसार घडत आहे, तरीदेखील विनाकारण मी किती त्रस्त होतो, असं त्याला वाटतं.

ज्या लोकांच्या जीवनात समस्या येतच नाहीत, ते लोक कायम बुद्धूच राहतात. मात्र, ज्यांच्या जीवनात समस्या उद्‌भवतात, तेच संपूर्ण विकास करू शकतात.

प्रत्येक समस्येवरील उपाय त्या समस्येतच दडलेला असतो. समस्या सोडवण्याने समस्येमध्ये दडलेला उपाय शोधण्याची सजगता आणि कला मनुष्यात विकसित होऊ लागते.

हीच नवी दृष्टी आणि नवा दृष्टिकोन आपल्याला संपूर्ण विकास करण्यासाठी दिला जात आहे. जणू, सत्य जाणण्याचा दृष्टिकोनच आपल्याला उपहाराच्या रूपात दिला जातोय. समस्येचं निराकरण करण्याची कसरत केल्याने आपल्याला एक महाउपहारदेखील मिळेल. हा उपहार जितका पारखाल, तितका आपला आनंद द्विगुणित होईल, हेच या उपहाराचं वैशिष्ट्य आहे.

आजपर्यंत तुम्हाला जन्मदिन, सण, लग्न अशा विविध प्रसंगी बऱ्याचशा भेटवस्तू मिळाल्या असतील. त्या भेटवस्तूंचं पॅकिंग खोलताना तुम्हाला जो आनंद झाला होता, तो आठवण्याचा प्रयत्न करा. ती भेटवस्तू प्रथम पाहिल्यानंतर जितका आनंद तुम्हाला झाला होता, तितकाच दुसऱ्या दिवशी झाला होता का? समजा, अशाच प्रकारे तुम्ही तिसऱ्या दिवशी, चौथ्या दिवशी पुन्हा बॉक्स उघडून ती वस्तू पाहिली, तर आधी ती वस्तू पाहिल्याप्रमाणे आनंद होतो का? हळूहळू तुमचा आनंद कमी कमी होत असल्याचं तुम्हाला जाणवेल. काही दिवसांनी तर कधी काळी आपल्याला तो उपहार मिळाला होता याचंदेखील विस्मरण घडतं.

सर्वांच्याच बाबतीत असं घडतं. परंतु तुम्ही जर समस्येच्या मुळाशी गेलात, तर तुम्हाला असा उपहार मिळेल, जो तुम्ही जितक्या वेळा उघडाल, तितका तुमचा आनंद अधिकाधिक वाढलेला दिसेल. होय, निश्चितच दररोज तुमची खुशी वाढत जाईल, असा महाउपहार तुम्हाला प्राप्त होऊ शकतो.

हा महाउपहार आपल्या विचारांमागे दडलेला आहे. मात्र, तो पाहण्यासाठी जीवनाच्या कारची स्क्रीन स्वच्छ असणं आवश्यक आहे. जीवनाच्या कारची स्क्रीन स्वच्छ करून लवकरात लवकर आपल्याला विकासाची शिडी चढता यावी, यासाठीच ही समज दिली जात आहे.

समस्या ही ईश्वरीय गुणांच्या अभिव्यक्तीची संधी आहे, असं समजून ती दूर

करावी. ज्या घटना दैनंदिन जीवनात घडत नाहीत, कधीतरीच घडतात, त्याच घटनांमुळे आपलं मनन होतं, हे याद्वारे समजून येईल. अन्यथा आपण कधीही मनन केलं नसतं. म्हणून तुमच्या जीवनात तुम्हाला जे धक्के मिळत आहेत, त्यांचं स्वागत करा. कारण समस्या आपल्याला काही बोध देण्यासाठी येत असते. ती जगातून पलायन करण्यासाठी नव्हे, तर जागृत करण्यासाठी येते.

आपण एक फार मोठं लक्ष्य घेऊन या जगात आलो आहोत. ते लक्ष्य आहे स्वतःला जाणण्याचं. समस्यांमध्ये गुरफटून आपण ते लक्ष्य विसरून जाता कामा नये. 'माझ्या आयुष्यात समस्यारूपी आडकाठी का येत आहे?' हा प्रश्न मनात निर्माण होताच त्याला निमित्त, साधन समजायला हवं.

प्रार्थनेची शक्ती

समस्या आल्यानंतर तिचं निवारण करण्यासाठी मनुष्याला जी ईश्वरीय शक्ती दिली आहे, ती म्हणजे प्रार्थना! आपल्याकडे प्रार्थनेची इतकी अद्भुत शक्ती आहे, तर आपण त्या शक्तीचा उपयोग करायला शिकायचं आहे. आपल्याकडे अल्लाउद्दीनचा दिवा असूनही आपण त्याचा उपयोग करत नाही, असं होता कामा नये.

आपल्या जीवनात अशी एखादी समस्या असेल, जी कित्येक दिवसांपासून सोडवण्याचा आपण प्रयत्न करत आहात. प्रार्थना करूनही ती सोडवण्यात अपयशी ठरत आहात. या परिस्थितीचा सामना कशा रीतीने करावा, हेच समजेनासं झालंय. अशा प्रसंगी 'या समस्येतून मला कोणता बोध घ्यायचा आहे?' हा प्रश्न स्वतःला विचारा. समस्या जो धडा शिकवण्यासाठी आली आहे, तो शिका. वास्तविक समस्या सोडवणं हे आपल्या जीवनाचं लक्ष्य नाही, तर त्यातून जो धडा शिकायचा आहे, तो शिकणं हे आपलं लक्ष्य आहे.

समस्येकडे कोणत्या दृष्टिकोनातून पाहाल

वर्तमानातील समस्येकडे अशा रीतीने पाहा, की दहा वर्षांनंतर आपण त्या समस्येकडे पाहत आहोत. अशा पद्धतीने समस्येकडे पाहिल्याने ती समस्या आपल्याला अगदी किरकोळ वाटेल. म्हणजेच आज आलेल्या समस्येला दहा वर्षांनंतर आपण जसे पाहाल तसंच आता पाहायला शिका.

जसं, शालेय शिक्षण घेत असताना आपण अभ्यासाचा खूप तणाव घेतो. आता त्यावर विचार केला, तर इतका तणाव घेण्याची काहीच गरज नव्हती, हे आपल्याला जाणवेल. आपण जेव्हा एखाद्या समस्येतून मार्गक्रमण करत असतो, तेव्हा आपली त्या समस्येकडे पाहण्याची दृष्टी बदलते, त्या समस्येकडे पाहण्याचा दृष्टिकोन बदलतो.

प्रत्येक समस्येत उपाय, फळ, शिडी, शिकवण आणि आव्हान या पाच बाबी असतात. परंतु या पाचही बाबींची जाण मनुष्याला नंतर होते. आज आपल्या जीवनात जी समस्या आहे, ती काही वर्षांनंतर सुटलेली असेल. मग काही वर्षांनंतर आपण त्या समस्येकडे ज्या प्रकारे पाहाल, त्या दृष्टिकोनातून आजच तिच्याकडे पाहणं शक्य आहे का? हो, आजदेखील आपण त्या दृष्टिकोनातून पाहू शकता. यासाठी गरज आहे, ती आपल्या जीवनाच्या कारची स्क्रीन स्वच्छ असण्याची.

समस्या असताना कोणत्या गोष्टी धूसर झाल्या आहेत, यावर मनन होणं महत्त्वपूर्ण ठरतं. कोणत्या गोष्टी अद्याप स्पष्ट झाल्या नाहीत? कारण समस्या आपल्याकडून गृहपाठ करून घेण्यासाठी येतात. जोपर्यंत आपण आपले धडे शिकत नाही, बोध प्राप्त करत नाही, तोपर्यंत ती समस्या आपल्या जीवनात वारंवार येत राहते. यासाठीच लवकरात लवकर आपले धडे शिकून पुढील मार्गक्रमण करायला हवं.

अध्याय ३३
तुम्ही केवळ आनंदी व्हा, खुश व्हा

प्रत्येक मनुष्य खऱ्या आनंदाचा पासवर्ड शोधत आहे. तो धनदौलत, मानमरातब, पद-प्रतिष्ठा, नावलौकिक, सुखसुविधा, उथळ मनोरंजन अशा गोष्टींमध्येच खरा आनंद शोधतोय. परंतु हे सर्व आनंद प्राप्त करण्याचे मार्ग नव्हेत. **आनंद हाच आनंद प्राप्त करण्याचा मार्ग आहे.** दुःखातही खुश राहण्याचा आठवा उपाय हाच संदेश आपल्याला देतो. म्हणून दररोज स्वतःला पुढील वाक्यांची आठवण द्यावी- 'आनंद प्राप्त करण्याचा कोणताही मार्ग नाही. कारण आनंद स्वतःच मार्ग आहे. There is no way to happiness, happiness is the only way. **आनंद प्राप्त करण्याचं कोणतंही औषध नाही. कारण आनंद स्वतःच औषध आहे.** There is no medicine to happiness because happiness is the only medicine.

वरील वाक्यं स्मरणात ठेवल्याने आणि दिवसभरात अधूनमधून नियमितपणे उच्चारत राहिल्याने आपण अनुभवाने म्हणाल, 'अरे, हे तर खरा आनंद मिळवण्याचं औषध आहे. मला सदैव आनंदी राहायलाच हवं.' आनंदच आनंद प्राप्त करण्याचा सर्वोत्कृष्ट आणि अमूल्य उपाय आहे. त्याचबरोबर तो निसर्गाद्वारे मिळालेला नजराणा आहे. दुःखातही खुश का राहायचं, हे आता आपल्याला समजलं असेल.

आनंद तर मनुष्याच्या अंतरंगात सदैव उपस्थित आहेच. तो प्राप्त करण्यासाठी एखाद्या थिएटरमध्ये अथवा बागेमध्ये जाण्याची आवश्यकताच नसते. तद्वतच

नोकरीमध्ये प्रमोशन मिळण्याची वा लग्न होण्याची वाट पाहण्याची आवश्यकता नाही, तर केवळ स्वतःला आठवण करून देण्याची गरज असते, की 'आनंद प्राप्त करण्याचा अन्य कोणताही मार्ग नाही, आनंद स्वतःच मार्ग आहे.' मात्र, मनुष्याच्या अंतरंगात आनंद असूनही तो त्याला मिळेनासा झाला आहे. कारण तो आनंदी राहणंच विसरून गेला आहे. त्याच्या धारणांनाच तो वास्तव समजत आहे.

खरा आनंद प्राप्त करा

खरा आनंद आणि धारणा यांचा लपंडाव कशा रीतीने चालू आहे, हे आता आपण समजून घेऊ या.

आपण जेव्हा गाढ झोपेत असतो, तेव्हा स्वानुभवात म्हणजेच खऱ्या आनंदात रममाण असतो. परंतु सकाळी डोळे उघडताच आपण स्वानुभवापासून दूर होऊन खरा आनंद विसरून जातो. सकाळी डोळे उघडताच विचाररूपी डाकू आपल्या मनात प्रवेश करून आपली शुभ सकाळ नकारात्मक विचारांमध्ये परिवर्तित करते. एखाद्या जत्रेमध्ये अथवा मेळ्यामध्ये डाकू घुसले, की काय होतं, हे आपल्याला चांगलंच माहीत आहे. डाकू एकदा का जत्रेत घुसले, की सगळी नासधूस करून जातात, अशा प्रकारचं दृश्य आपण चित्रपटांमध्ये पाहिलंच असेल. जसं, आजचा दिवस काही खास नाही... खूप बोर होतंय... आज अमक्याने माझं हे काम नाही केलं... मलाच सर्वकाही करावं लागतं... रोजची ही कटकट कधी संपेल कोण जाणे... सकाळपासून डोकं दुखायला लागलंय... कधी यातून सुटका होईल... घरात इतकं काम आहे आणि ते कमी की काय, म्हणून पाहुणेही आलेत... त्यांनाही आजच वेळ मिळाला का... इत्यादी. अशा विचारांनी तुमचा आनंद नष्ट होतो. मग दिवसभर या विचारांनीच आदळआपट सुरू करता आणि त्यातच तुमचा सगळा वेळ वाया जातो. अशा अवस्थेत खऱ्या आनंदाची आपल्याला आठवण व्हावी, यासाठी आपण दिवसभरात अधूनमधून मनापासून खुश होत राहा, आपल्या मूळ स्वभावाचं स्मरण करा. आनंद प्राप्त करण्यासाठी कोणत्याही कारणाची आवश्यकता नसते. बस्स! खुश व्हा. यासाठी डोळे बंद करून खालील प्रयोग करून पाहा.

- सर्वप्रथम एक मिनिट डोळे बंद करून बसा. ज्यावेळी आपण खूप आनंदात होता, असे काही क्षण मनश्चक्षूंनी पाहा.

- काही वेळाने ते दृश्य समोर आणा आणि त्यावेळी आपल्यात ज्या भावना निर्माण झाल्या होत्या, त्या आठवा.

- त्यानंतर ते अमूल्य आनंदाचे क्षण सर्व इंद्रियांद्वारे अनुभवा.

- आता विचार करा, आपण ज्यावेळी खुश झालो होतो, त्यामागे काही विशेष कारण होतं का? त्यावेळी एखादी घटना घडल्याने आपण खुश झालो होतो का? असं केल्यानंतर ज्या कारणाने आपण खुश झालो होतो, असं एखादं कारण आपल्यासमोर येईल. आता कारण काढून टाकल्यानंतरही जो आनंद उरेल, तो खरा आनंद.

- काही वेळाने हळूहळू डोळे उघडा.

आता ज्या कारणाने आपण आनंदी झाला होता- जसं, 'लॉटरीद्वारे बक्षीस मिळालं होतं... एखादा मित्र खूप दिवसांनी भेटला होता... एखाद्या गडावर फिरायला गेला होता...' आता ते कारण बाजूला ठेवा. त्यावेळी जो आनंद आपण अनुभवत होतो, तोच विनाकारण मिळू लागला तर काय होईल? आपल्याला हवा तेव्हा आपण आनंद प्राप्त करू शकलो, तर आपलं जीवन कसं बनेल? निश्चितच आपलं जीवन सहज, सरळ आणि शक्तिशाली असेल, यात शंकाच नाही.

आपला आनंद इतरांवर अवलंबून नसावा

जो आनंद कारणांवर अवलंबून असतो, तो स्थायी नसतो. 'अमुक नातेवाईक सुधारला तर मी खुश होईन... कंपनीतील कर्मचारी व्यवस्थित काम करतील तेव्हा मी आनंदी होईन... राजकीय नेते आणि सरकारी कर्मचारी प्रामाणिक बनतील तेव्हा मी खुश होईन...' असा जर कोणी विचार केला, तर अर्थातच त्याचा आनंद हा इतरांवर अवलंबून असेल आणि तो भविष्याच्या गर्भात असेल. वास्तविक आनंदी होण्यासाठी इतकी वाट पाहण्याची आवश्यकताच नाही. आपण आता, अगदी या क्षणी आनंदी होऊ शकता. इतरांवर अवलंबून असलेला आनंद अस्थायी आणि धोकादायक असतो. हे आपण पुढे दिलेल्या उदाहरणाद्वारे समजून घेऊ या.

एक माणूस म्हणाला, 'माझ्या मित्राने व्यायाम करायला सुरुवात केली. म्हणून मीदेखील आता नियमितपणे व्यायाम करतो.' आता त्या माणसाने नियमित व्यायाम

सुरू केला, ही निश्चितच त्याच्यासाठी उपयुक्त बाब आहे. परंतु यात एक मोठा धोका आहे, की त्याचा व्यायाम मित्रावर अवलंबून आहे. भविष्यात त्या मित्रानं व्यायाम बंद केला, तर या माणसाचादेखील व्यायाम बंद होण्याची शक्यता आहे.

अशाच प्रकारे कित्येक वेळा आपला आनंद घरातील लोकांच्या आनंदावर अवलंबून असतो, हेदेखील धोकादायक आहे. 'माझ्या कुटुंबातील सर्व लोक आनंदी होतील, तेव्हाच मी खुश राहीन' असा जर आपण विचार केला, तर आपल्याला आयुष्यभर केवळ आनंदाची वाट पाहत बसावं लागेल. कारण घरातील लोक तुमच्या मनाप्रमाणे कधीच आनंदी होणार नाहीत. जोपर्यंत स्थायी आनंद मिळत नाही, तोपर्यंत प्रत्येकाची आनंदाची परिभाषा वेगवेगळी असते. कुणाला गर्दीत आनंद मिळतो, तर कुणाला सर्वत्र शांतता असते, तेव्हा आनंद मिळतो. एखाद्याला स्वादिष्ट भोजनाचा आस्वाद घेतल्याने आनंद मिळतो, तर एखाद्याला भोजन बनवण्याने आनंद मिळतो. अशा प्रकारे प्रत्येक मनुष्य वेगवेगळ्या गोष्टीत अथवा वेगवेगळ्या ठिकाणी आनंद शोधत असतो.

मनुष्य त्याच्या कुटुंबातील लोकांना खुश करण्यासाठी कितीतरी गोष्टी करतो. तो त्यांना सर्व सुखसुविधा पुरवतो, तरीदेखील ते खुश नसतात. कारण घरातील लोक कशाने खुश होतील, हेच त्याला माहीत नसतं. अशा रीतीने तो आयुष्यभर जरी घरातील लोकांना खुश करण्याचा प्रयत्न करत राहिला, तरीदेखील ते कधीही खुश होणार नाहीत. त्यामुळे तो माणूस मात्र नक्की दुःखी होईल.

यासाठी कुटुंबातील सदस्यांना खुश करण्याआधी आपण स्वतः खुश व्हा. आपण खुश झाला, तर आपल्या कुटुंबातील सदस्य खुश होण्याची शक्यता निर्माण होईल. मात्र, ही बाब इतकी सरळ, साधी आणि गमतीशीर आहे, की लोक ती सहजपणे विसरून जातात. त्यातील सरळपणामुळेच ती अत्यंत कठीण आणि चिंतादायक बनली आहे. आनंदी राहण्याचं सूत्र इतकं साधं आणि सरळ असल्याने त्याचा काही उपयोग होईल असं लोकांना वाटतच नाही. खुश होण्यासाठी वास्तवात आपण जे आहात केवळ तेच पुरेसं आहे. आपण आहात, हेच आनंद प्राप्त करण्यासाठी पुरेसं आहे. अन्य कशाचीही आवश्यकता नाही.

एखाद्या मृत्युशय्येवर असलेल्या माणसाच्या श्वासोच्छ्वासात जेव्हा काही अडथळा निर्माण होतो, तेव्हा त्याचा श्वासोच्छ्वास चालू होता, याची त्याला जाणीव

होते. अन्यथा तो जिवंत आहे याचं भानच त्याला नसतं. मनुष्य जिवंत आहे, हे आनंदाचं किती मोठं कारण आहे. परंतु आनंदाविषयी त्याच्या ज्या धारणा असतात, त्या त्याला आनंदी होऊ देत नाहीत. धारणांमुळे तो माणूस म्हणतो, 'यात काय मोठं? सर्वजण जिवंत आहेत.' परंतु जिवंत असणं काय आहे? अशी कोणती बाब आहे, ज्यामुळे हे शरीर चालताना-फिरताना दिसत आहे? अशी कोणती बाब आहे, ज्यामुळे हे शरीर बोलतं, विचार करतं, हसतं, रडतं, गीत गातं? अशी कोणती बाब कोकीळेत आहे, ज्यामुळे ती गीत गाते? मग ते आपल्यात नाही का?

'असे कोणते नकारात्मक विचार माझ्या मनात आहेत, जे मला गीत गाण्यापासून रोखत आहेत?' हा प्रश्न प्रत्येकाने स्वतःला विचारायला हवा. नक्कीच असं काहीतरी घडलंय, ज्यामुळे आपण खुश राहू शकत नाही.

अशा प्रश्नांद्वारेच अंतिम सत्याचा शोध सुरू होतो. म्हणून दुःखाने घाबरून न जाता, खुश होण्यापासून रोखणाऱ्या गोष्टींचा शोध घ्यायला सुरुवात करा.

अध्याय ३४
खुश लोकांच्या संगतीत राहा

दुःखात खुश राहण्याचा आठवा उपाय आहे, 'खुशंग करणं.' खुशंग करणं म्हणजे खुश लोकांच्या सहवासात राहणं आणि इतरांमधील सद्गुण पाहणं. कुसंग या शब्दाच्या गदी विरुद्धार्थी शब्द आहे, खुशंग. कुसंगाने मिळते अस्थायी खुशी आणि खुशंगाद्वारे मिळते स्थायी खुशी.

लोक असा विचार करतात, की 'आम्ही वाईट लोकांच्या सहवासात राहत नाही,' परंतु केवळ वाईट लोकांच्या सहवासात राहणं कुसंग नव्हे, तर इतरांमधील अवगुण पाहणं हेदेखील कुसंग करणंच आहे. जसं, 'हा माणूस असा वागतो... तो तसं करतो... याला अमुक गोष्ट येत नाही... तो हे करू शकत नाही... त्याला साध्या साध्या गोष्टीही समजत नाहीत...' अशी विधानं आपण जेव्हा करता, तेव्हा खरंतर कुसंगच करत असता. म्हणून खुश राहण्यासाठी सरळ उपायांचा अवलंब करा. कुसंग न करता, खुशंग करा. अखिल मानवजातीने हे करणं गरजेचं आहे. एखादं फूल, फळ, पक्षी अथवा प्राणी यांना याची काहीही गरज नसते.

कारल्याच्या वेलाजवळच आंब्याचं झाड लावलं, तर आंबा कधीही कारलं बनत नाही. परंतु एक सज्जन मनुष्य जर वाईट माणसाच्या संगतीत राहिला तर त्याच्या संगतीने तो बिघडण्याची दाट शक्यता असते. माकड सिंहासोबत राहून कधीही सिंह बनू शकत नाही; कारलं कारलंच राहील आणि आंबादेखील आंबाच राहील. परंतु सामान्य माणूस

खास लोकांसोबत राहू लागला, तर तो सामान्य राहत नाही.

ईश्वराने मनुष्यालाच हे स्वातंत्र्य बहाल केलं आहे, की तो ज्यांच्यासोबत राहील, त्यांच्यासारखाच बनू शकेल. यासाठीच आपल्याला मिळालेल्या स्वातंत्र्याचा पुरेपूर उपयोग करून आपण कुठे जायचं, कुठे जाऊ नये, कुणाच्या संगतीत राहावं, कुणाची संगत करू नये, याविषयी सजगता बाळगायला हवी.

गुणगान रहस्य

इतरांतील सद्‌गुण पाहणं, हे खुशंग करण्यासारखंच आहे. म्हणजेच आपल्याला गुणगान करायला शिकायचं आहे. पुरातन युगात गुणगान करण्याची प्रथा निर्माण करण्यात आली. ईश्वरासमोर बसून ईश्वराचं गुणगान करणं, भजन गाणं, चांगलं मानलं जातं. ईश्वराचं स्तवन करण्याची प्रथा बनवण्यामागे हेच रहस्य आहे, की माणूस माणसातील गुण पाहू शकत नाही, तर कमीत कमी त्याने ईश्वराचे गुण तरी पाहावेत. कुठून तरी गुण पाहण्याची सुरुवात व्हावी. मग ती दगडाची मूर्ती का असेना. काही लोक असे असतात, जे इतरांची प्रशंसाच करू शकत नाहीत. त्यांच्या तोंडून प्रशंसोद्‌गार निघतच नाहीत. त्यासाठीच दगडाची मूर्ती बनवली गेली. किमान त्या मूर्तीद्वारे तरी माणसाने चांगल्या गुणांची स्तुती करायला शिकावं. ज्या गुणांची वाखाणणी कराल, तेच तुमच्यात विकसित होतील.

काही लोक असेही आहेत, जे इतरांच्या गुणांची स्तुतीही करू शकत नाहीत अथवा स्वतःतील अवगुण, उणिवा वा चुकाही कुणासमोर कबूल करू शकत नाहीत. परंतु मूर्तीसमोर प्रशंसा करणं अथवा स्वतःच्या चुका स्वीकार करणं माणसाकडून सहजतया होतं. जिवंत मूर्तीसमोर आपल्या चुकांची कबुली देणं माणसाला कठीण वाटतं. त्यासाठी दगडाची मूर्ती त्याला सुरक्षित वाटते.

वास्तविक दगडाची मूर्ती बनवणारे लोक अतिशय सर्जनशील, रचनात्मक आणि समजदार होते. लोक इतरांमधील गुण कमी आणि दोषच जास्त पाहतात, हे त्यांना माहीत होतं. लोक पटकन वाईट लोकांची संगत करतात. लोकांना खुशंगचा स्वाद मिळावा, यासाठीच त्यांनी सर्जनशील पद्धती शोधून काढल्या.

तुमच्या आसपासचे लोक- जसं, आई-वडील, भाऊ-बहीण, मित्र इत्यादी लोक सकारात्मक विचारांचे असावेत, अशी जर तुमची इच्छा असेल, तर सर्वप्रथम

तुम्ही स्वतः खुश व्हायला हवं. तुम्ही खुश दिसणं हे लोकांच्या दृष्टीने महत्त्वाचं ठरतं, जेणेकरून त्यांना खुशंग करणं शक्य व्हावं. हे वास्तव लक्षात घेऊन नेहमी खुश राहून लोकांशी संपर्क साधा. तुमचा आनंदच विश्वातील महान लोकांना तुमच्याकडे आकृष्ट करेल. त्यानंतर राहील केवळ खुशंगच!

सज्जन लोकांच्या सहवासाचं वैशिष्ट्य

कुसंग चुकीचा दृष्टिकोन निर्माण करतो. चुकीच्या दृष्टिकोनामुळे मनुष्य कित्येक वेळा दोरीला साप समजतो आणि सापाला मारण्याची छडी प्राप्त व्हावी अशी इच्छा बाळगतो. म्हणून मनुष्य अज्ञानवश दोरीलाच साप समजून दुःखी आणि त्रस्त होतो.

अशा अज्ञानी मनुष्याचं बोलणं ऐकून त्याचा खरा मित्र, खुश मित्र त्याला योग्य सल्ला आणि समज देईल, 'तुला छडीची नव्हे, तर टॉर्चची (समजरूपी प्रकाशाची) आवश्यकता आहे. तुला टॉर्चर सहन करण्याची (घाबरण्याची अथवा दुःख भोगण्याची) आवश्यकताच नाही.' दुःखरूपी काळोखात तुमचा खुश मित्र तुम्हाला खरा आनंद म्हणजेच प्रकाश दाखवेल. जेणेकरून तुम्हालादेखील दुःखाकडे स्पष्टपणे पाहता आणि जाणताही यावं, हेच खुशंगाचं वैशिष्ट्य आहे.

अन्यथा जो तुमच्या वेळेला उपयोगी पडतो, त्यालाच तुम्ही तुमचा मित्र मानता. परंतु तुमची खरी गरज काय आहे, हेच तुम्हाला माहीत नाही. दुःखात तर कोणीही तुमची मदत करेल. परंतु तुम्ही खुशंग अशाच माणसाशी करावा, जो तुम्हाला खुश राहण्याची कला शिकवेल. दुःखी असताना तुम्ही अशाच गोष्टींची मागणी करता, ज्याची तुम्हाला अजिबात आवश्यकता नसते. 'कोणीतरी माझी समस्या ऐकावी, माझ्यावर प्रेम करावं, माझ्याकडे लक्ष द्यावं' असंच त्यावेळी तुम्हाला वाटत असतं. जो मनुष्य तुमच्यासाठी या सर्व गोष्टी करतो, त्याच्याच सहवासात राहायला तुम्हाला आवडतं. परंतु हा खुशंग नाही.

जो आपल्याला प्रत्येक घटनेत अथवा परिस्थितीत सत्यदर्शन करवेल, खुश राहायला शिकवेल, त्याच्याशीच आपण खुशंग करायला हवा.

❑ ❑ ❑

हे पुस्तक वाचल्यानंतर आपला अभिप्राय कृपया या पत्त्यावर अवश्य पाठवा.
Tej Gyan Global Foundation,
Pimpri Colony Post Office, P.O.Box 25, Pune-411017. Maharashtra (India).

एक अल्प परिचय
सरश्री

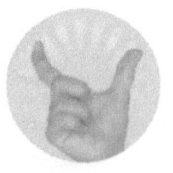

स्वीकार मुद्रा

    सरश्रींचा आध्यात्मिक शोधाचा प्रवास त्यांच्या बालपणापासूनच सुरू झाला होता. हा शोध सुरू असतानाच त्यांनी अनेक प्रकारच्या पुस्तकांचं अध्ययन केलं. त्याचबरोबर या शोधकाळात त्यांनी अनेक ध्यानपद्धतींचा अभ्यासही केला. त्यांच्यातील या जिज्ञासेने त्यांना अनेक वैचारिक आणि शैक्षणिक संस्थांमध्ये जाण्यासाठी प्रेरित केलं. जीवनाचं रहस्य समजण्यासाठी त्यांनी **प्रदीर्घ काळ मनन करून आपलं शोधकार्य सातत्याने सुरू ठेवलं. या शोधातूनच त्यांना 'आत्मबोध' प्राप्त झाला.** आत्मसाक्षात्कारानंतर त्यांना जाणवलं, की अध्यात्माचा प्रत्येक मार्ग ज्या शृंखलेने जोडलेला आहे, **तो म्हणजे 'समज' (Understanding).** आत्मबोधप्राप्तीनंतर त्यांनी अध्यापनाचं कार्य थांबवलं आणि जवळ जवळ दोन दशकांहूनही अधिक काळ आपलं समस्त जीवन मानवजातीच्या कल्याणासाठी आणि आध्यात्मिक विकासासाठी अर्पण केलं.

    सरश्री म्हणतात, ''सत्यप्राप्तीच्या सर्व मार्गांचा प्रारंभ जरी वेगवेगळ्या मार्गांनी होत असला, तरी सर्वांचा अंत मात्र एकच समज प्राप्त केल्याने होतो. ही **'समज'च सर्व काही असून ती स्वतःमध्ये परिपूर्ण आहे.** आध्यात्मिक ज्ञानप्राप्तीसाठी या 'समजे'चं श्रवणच पुरेसं आहे.'' ही समज प्रकाशमान करण्यासाठी आजपर्यंत त्यांनी **आध्यात्मिक विषयांवर तीन हजारांहून अधिक प्रवचनं दिली आहेत.** या प्रवचनांद्वारे ते अध्यात्मातील अतिशय गहन संकल्पना सहज, सुलभ आणि व्यावहारिक भाषेत समजावून सांगतात. समाजातील प्रत्येक स्तरावरील मनुष्य सरश्रींद्वारे सांगितल्या जाणाऱ्या या समजेचा लाभ घेऊ शकतो.

    ही समज प्रत्येकाला आपल्या अनुभवातून प्राप्त व्हावी, यासाठी सरश्रींनी **'महाआसमानी परमज्ञान शिबिर'** आणि त्यासाठी आवश्यक असणारी कार्यप्रणाली (सिस्टिम) तयार केली. **तिचा लाभ आज लाखो लोक घेत आहेत.** या प्रणालीला आय.एस.ओ. (ISO 9001:2015) प्रमाणपत्रही लाभलंय. या प्रणालीमुळेच अनेकांना सत्यमार्गावर वाटचाल करण्याची प्रेरणा मिळाली आहे. या समजेचा प्रचार आणि प्रसार करण्यासाठी त्यांनी 'तेजज्ञान फाउंडेशन' या आध्यात्मिक संस्थेचा पाया

रचला. **'हॅपी थॉट्सद्वारे उच्चतम विकसित समाजाची निर्मिती करणे,'** हेच या संस्थेचं मुख्य उद्दिष्ट आहे.

विश्वातील प्रत्येक मनुष्य आज सरश्रींच्या मार्गदर्शनाचा लाभ घेऊ शकतो. त्यासाठी कोणत्याही धर्म, जात, उपजात, वर्ण, पंथ वा लिंग यांचं बंधन नसतं. विश्वाच्या प्रत्येक कानाकोपऱ्यांतील लोक आज 'तेजज्ञान'च्या अनोख्या ज्ञानप्रणालीचा (System for Wisdom) लाभ घेत आहेत. याच व्यवस्थेचा आणखी एक महत्त्वपूर्ण भाग म्हणजे, **दररोज सकाळी आणि रात्री ९ वाजून ९ मिनिटांनी लाखो लोक विश्वशांतीसाठी प्रार्थना करत आहेत.**

बेस्ट सेलर पुस्तक 'विचार नियम' शृंखलेचे रचनाकार म्हणूनही सरश्रींना ओळखलं जातं. **केवळ पाच वर्षांच्या कालावधीत या पुस्तकाच्या १ कोटीपेक्षा अधिक प्रती वितरित** झाल्या आहेत. याशिवाय आजवर त्यांनी विविध विषयांवर **१०० हून अधिक पुस्तकं लिहिली** आहेत. त्यांपैकी 'विचार नियम', 'स्वसंवाद एक जादू', 'शोध स्वतःचा', 'स्वीकाराची जादू', 'निःशब्द संवाद एक जादू', 'संपूर्ण ध्यान' इत्यादी पुस्तकं बेस्ट सेलर झाली आहेत. ही पुस्तकं दहापेक्षा अधिक भाषांमध्ये अनुवादित असून, पेंगुइन बुक्स, हे हाउस पब्लिशर्स, जैको बुक्स, मंजुळ पब्लिशिंग हाउस, प्रभात प्रकाशन, राजपाल अॅण्ड सन्स, पेंटागॉन प्रेस आणि सकाळ प्रकाशन इत्यादी प्रमुख प्रकाशन संस्थांद्वारे ती प्रकाशित झाली आहेत.

तेजज्ञान फाउंडेशन परिचय

तेजज्ञान फाउंडेशन आत्मविकासातून आत्मसाक्षात्कार प्राप्त करण्याचा एक मार्ग आहे. यासाठी सरश्रींद्वारा एक अनोखी बोधप्रणाली (System for Wisdom) निर्माण झाली आहे. या प्रणालीला आंतरराष्ट्रीय प्रमाणपत्राद्वारे ISO 9001:2015च्या आवश्यकतेनुसार आणि निकष पडताळून सरळ, व्यावहारिक आणि प्रभावी बनवलं गेलं आहे.

या संस्थेच्या प्रबोधनपद्धतीच्या भिन्न पैलूंना (शिक्षण, निरीक्षण आणि गुणवत्ता) स्वतंत्र गुणवत्ता परीक्षकांद्वारे (Quality Auditors) क्रमबद्ध पद्धतीने पडताळलं गेलं. त्यानंतर या पैलूंना ISO 9001:2015 साठी पात्र समजून या बोधपद्धतीला हे प्रमाणपत्र प्रदान करण्यात आलं.

या फाउंडेशनचे लक्ष्य आहे नकारात्मक विचारांकडून सकारात्मक विचारांकडे वाटचाल. सकारात्मक विचारांकडून शुभ विचारांकडे म्हणजे हॅपी थॉट्सकडे प्रगती. शुभ विचारांकडून निर्विचार अवस्थेकडे मार्गक्रमण आणि निर्विचार अवस्थेच्या अंती आत्मसाक्षात्कार प्राप्ती. 'मी सर्व विचारांपासून मुक्त व्हावे' हा विचार म्हणजे शुभु विचार (हॅपी थॉट्स). 'मी प्रत्येक इच्छेपासून मुक्त व्हावे', अशी इच्छा म्हणजे शुभ इच्छा.

तेजज्ञान म्हणजे ज्ञान व अज्ञान या दोहोंच्या पलीकडचे ज्ञान. पुष्कळ लोक सामान्य ज्ञानाच्या (General Knowledge) माहितीलाच ज्ञान मानतात. परंतु अस्सल ज्ञान आणि नुसती माहिती यांत फार मोठे अंतर आहे. आजमितीला लोक सामान्य ज्ञानाच्या उत्तरांनाच जास्त महत्त्व देतात. अशा ज्ञानाचे विषय म्हणजे कर्म आणि भाग्य, योग आणि प्राणायाम, स्वर्ग आणि नरक इत्यादी. आजच्या युगात सामान्यज्ञान प्राप्त करणारे लोक, शिक्षक मोठ्या प्रमाणावर आहेत; परंतु हे ज्ञान ऐकून जीवनात परिवर्तन घडून येत नाही. असे ज्ञान म्हणजे केवळ बुद्धिविलास आहे किंवा अध्यात्माच्या नावावर चाललेला बुद्धीचा व्यायाम आहे.

सर्व समस्यांवरील उपाय आहे तेजज्ञान. क्रोध, चिंता आणि भय यांपासून मुक्त जीवन म्हणजे तेजज्ञान. शारीरिक, मानसिक, सामाजिक, आर्थिक आणि आध्यात्मिक प्रगतीचा, सर्वांगीण प्रगतीचा मार्ग आहे तेजज्ञान. तेजज्ञान आपल्या अंतरंगात आहे. येथे या आणि या गोष्टीचा अनुभव घ्या.

आपल्याला असे ज्ञान हवे आहे, की जे सामान्य ज्ञानापलीकडे आहे, जे प्रत्येक समस्येवरील उत्तर आहे, जे प्रत्येक समजुतीपासून, गृहीत धारणांपासून आपल्याला मुक्त करते, ईश्वरी साक्षात्कार घडविते, अंतिम सत्यात स्थापित करते. आता वेळ आली आहे शाब्दिक, सामान्यज्ञानातून बाहेर येऊन तेजज्ञानाचा अनुभव घेण्याची!

आजवर जप-तप, तंत्र-मंत्र, कर्म-भाग्य, ध्यान-ज्ञान, योग-भक्ती असे अनेक मार्ग अध्यात्मात सांगितले आहेत. या सर्व मार्गांनी प्राप्त होणारी अंतिम समज, अंतिम ज्ञान, बोध एकच आहे. अंतिम सत्याच्या शोधकाला, साधकाला शेवटी जी एकच 'समज' प्राप्त होते, ती 'समज' श्रवणानेसुद्धा प्राप्त होऊ शकते. अशा समजप्राप्तीसाठी श्रवण करणे यालाच तेजज्ञान प्राप्त करणे म्हटले गेले आहे. तेजज्ञानाच्या श्रवणाने सत्याचा साक्षात्कार घडतो, ईश्वरीय अनुभव मिळतो. हेच तेजज्ञान सरश्री महाआसमानी शिबिरात प्रदान करतात.

महाआसमानी परमज्ञान
शिबिर परिचय आणि लाभ (निवासी)

तुम्हाला सर्वोच्च आनंद हवाय? असा आनंद, जो कोणत्याही बाह्य कारणावर अवलंबून नाही... जो प्रत्येक क्षणी वृद्धिंगत होतो. या जीवनात तुम्हाला प्रेम, विश्वास, शांती, समृद्धी आणि परमसंतुष्टी हवी आहे का? शारीरिक, मानसिक, सामाजिक, आर्थिक आणि आध्यात्मिक अशा आयुष्याच्या सर्व स्तरांवर यशस्वी होण्याची तुमची इच्छा आहे का? 'मी कोण आहे' हे तुम्हाला अनुभवाने जाणावंसं वाटतं का?

तुमच्या अंतर्यामी अशा सर्व प्रश्नांची उत्तरं जाणण्याची इच्छा आणि 'अंतिम सत्य' प्राप्त करण्याची तृष्णा असेल, तर तेजज्ञान फाउंडेशनतर्फे आयोजित 'महाआसमानी शिबिरा'त तुमचं स्वागत आहे. हे शिबिर सरश्रींच्या मार्गदर्शनावर आधारित आहे. सरश्री, आजच्या युगातील आध्यात्मिक गुरू असून, ते आजच्या लोकभाषेत अत्यंत सहजपणे आध्यात्मिक समज प्रदान करतात.

महाआसमानी परमज्ञान शिबिराचा उद्देश : विश्वातील प्रत्येक मनुष्यानं 'मी कोण आहे', या प्रश्नाचं उत्तर जाणून तो सर्वोच्च आनंदाच्या अवस्थेत स्थापित व्हावा, हाच या शिबिराचा मुख्य उद्देश आहे. प्रत्येकाला असं ज्ञान प्राप्त व्हावं, जेणेकरून त्यानं प्रत्येक क्षणी वर्तमानात जगण्याची कला आत्मसात करावी. तो भूतकाळाचं ओझं आणि भविष्याची चिंता यांतून मुक्त व्हावा. प्रत्येकाच्या आयुष्यात कधीही न संपणारा आनंद आणि योग्य समज यावी. शिवाय, प्रत्येकानं समस्या विलीन करण्याची कला आत्मसात करावी. थोडक्यात, मनुष्यजन्माचा उद्देश सफल व्हावा, हाच या शिबिराचा उद्देश आहे.

'मी कोण आहे? मी येथे का आहे? मोक्ष म्हणजे काय? या जन्मातच मोक्षप्राप्ती शक्य आहे का?' असे प्रश्न जर तुमच्या मनात असतील, तर त्यांवरील उत्तर आहे- 'महाआसमानी परमज्ञान शिबिर'.

महाआसमानी परमज्ञान शिबिराचे मुख्य लाभ : वास्तविक या शिबिराचे लाभ तर असंख्य आहेत; पण त्यांपैकी मुख्य लाभ पुढीलप्रमाणे- ✺ जीवनात शक्तिशाली ध्येय निश्चित होतं ✺ 'मी कोण आहे' हे अनुभवाने जाणता येतं (सेल्फ रियलायजेशन) ✺ मनाचे सर्व विकार विलीन होतात. ✺ भय, चिंता, क्रोध, बोरडम, मोह, तणाव या नकारात्मक बाबींतून मुक्ती ✺ प्रेम, आनंद, मौन, समृद्धी, संतुष्टी, विश्वास अशा दिव्य गुणांशी युक्ती ✺ साधं, सरळ पण शक्तिशाली जीवन जगता येतं ✺ प्रत्येक समस्येचं निराकरण करण्याची कला प्राप्त होते ✺ 'प्रत्येक क्षणी वर्तमानात जगणं' हा तुमचा स्वभाव बनतो ✺ आपल्यातील सर्व सकारात्मक शक्यता खुलतात ✺ याच जीवनात मोक्षप्राप्ती होते

महाआसमानी परमज्ञान शिबिरात सहभागी कसं व्हाल? या शिबिरात सहभागी होण्यासाठी

तुम्हाला खालील बाबींची पूर्तता करायची आहे- १. तुमचं वय कमीत कमी अठरा किंवा त्यापेक्षा अधिक असायला हवं. २. सर्वप्रथम तुम्हाला 'सत्य-स्थापना' (फाउंडेशन ट्रुथ रिट्रीट) शिबिरात सहभागी व्हावं लागेल. या शिबिरात, तुम्ही प्रामुख्यानं दोन बाबी शिकाल- प्रत्येक क्षणी वर्तमानात जगण्याची कला कशी आत्मसात करावी आणि निर्विचार अवस्था कशी प्राप्त करावी. ३. प्राथमिक स्तरावर तुम्हाला काही प्रवचनं ऐकायची असून, त्यांतून तुम्ही मूलभूत समज आत्मसात कराल आणि महाआसमानी शिबिरात प्रवेश करण्यासाठी तयार व्हाल.

हे शिबिर साधारणपणे एक-दोन महिन्यांच्या अंतराने आयोजित करण्यात येतं. यात हजारो सत्यशोधक सहभागी होतात. या शिबिराची तयारी दोन पद्धतींनी करू शकता. पहिली पद्धत- मनन आश्रम, पुणे येथे ५ दिवसीय शिबिरात भाग घेऊ शकता. दुसरी पद्धत- तेजज्ञान फाउंडेशनच्या जवळच्या सेंटरवर जाऊन सत्यश्रवणाद्वारेही करू शकता. महाराष्ट्रात अहमदनगर, सातारा, औरंगाबाद, नाशिक, नागपूर, वर्धा, अमरावती, चंद्रपूर, यवतमाळ, कोल्हापूर, सांगली, रत्नागिरी, लातूर, बीड, नांदेड, परभणी, पनवेल, मुंबई, ठाणे, सोलापूर, पंढरपूर, जळगाव, अकोला, बुलढाणा, धुळे, भुसावळ आणि महाराष्ट्राबाहेर सुरत, अहमदाबाद, बडोदा, नवी दिल्ली, बेंगलुरू, बेळगाव, धारवाड, रायपूर, भुवनेश्वर, कोलकाता, रांची, लखनौ, कानपूर, चंदीगढ, जयपूर, चेन्नई, पणजी, म्हापसा, भोपाळ, इंदोर, इटारसी, हर्दा, विदिशा, बुऱ्हाणपूर या ठिकाणी महाआसमानी शिबिराची पूर्वतयारी करू शकता.

तेजज्ञान फाउंडेशनमध्ये उपलब्ध असणाऱ्या सरश्रीलिखित पुस्तकांचं वाचन करून तुम्ही या शिबिराची पूर्वतयारी करू शकता. याशिवाय, तुम्ही रेडिओ किंवा यू ट्युबवरील सरश्रींच्या प्रवचनांचा लाभही घेऊ शकता. पण लक्षात घ्या, पुस्तकांतील ज्ञान, रेडिओ आणि यू ट्युबवरील प्रवचनं म्हणजे 'तेजज्ञानाची तोंडओळख' आहे; 'संपूर्ण तेजज्ञान' मुळीच नाही. तुम्ही महाआसमानी शिबिरात सहभागी होऊनच तेजज्ञानाचा आनंद घेऊ शकता. तेव्हा आगामी महाआसमानी शिबिरात सहभागी होण्यासाठी आजच संपर्क करा- 09921008060/75, 9011013208

महाआसमानी परमज्ञान शिबिरस्थान : हे शिबिर पुण्यातील मनन आश्रम येथे आयोजित केलं जातं. येथे तुमच्या निवासाची आणि भोजनाची व्यवस्था केली जाते. तुम्हाला काही शारीरिक व्याधी असतील आणि त्यासाठी जर तुम्ही नियमितपणे औषधं घेत असाल, तर शिबिरात येताना ती सोबत बाळगावीत. शिवाय, वातावरणानुसार गरम कपडे, स्वेटर, ब्लँकेटही आणावं.

पुणे शहरापासून १७ किलोमीटर अंतरावर अत्यंत निसर्गरम्य परिसरात मनन आश्रम वसलेला आहे. आश्रमात महिला आणि पुरुष यांच्या निवासाची स्वतंत्र व्यवस्था असून येथे जवळपास ८०० लोकांच्या राहण्याची व्यवस्था आहे. आपण हवाईमार्ग, हायवे किंवा रेल्वे अशा कोणत्याही मार्गाने पुण्यात येऊ शकता.

मनन आश्रम : मनन आश्रम, पुणे, सर्व्हे नं. ४३, सणस नगर, नांदोशी गाव, किरकटवाडी फाटा, तालुका- हवेली, जिल्हा- पुणे- ४११०२४. फोन- 09921008060

'सरश्रीं'द्वारे रचित इतर पुस्तकं

समग्र लोक व्यवहार

मैत्री आणि नातं निभावण्याची कला

पृष्ठसंख्या : १६०   मूल्य : ₹ १५०

Also available in Hindi

मनुष्य आपला व्यवहार स्वतः निवडू शकत नाही, हे आश्चर्यच नव्हे का? त्याचं वागणं सदैव इतरांवर अवलंबून असतं. जसं, 'तो माझ्याशी चुकीचा वागला म्हणून मीदेखील त्याला अपशब्द वापरले... त्याने माझा अपमान केला म्हणून माझा राग अनावर झाला...' अशा गोष्टी आपण नेहमीच ऐकतो, बोलतो. याचाच अर्थ, समोरचा मनुष्य आपल्याकडून त्याला हवा तसा व्यवहार करून घेऊ शकतो. म्हणजेच खरंतर आपण बंधनात आहोत. परंतु या बंधनातून मुक्त होण्यासाठीच आपल्याला लोकव्यवहाराची कला आत्मसात करायला हवी.

साहसी जीवन कसं जगाल

अशक्य कार्य शक्य कसं कराल

पृष्ठसंख्या : १५२   मूल्य : ₹ १६०

Also available in Hindi

एका शूरवीर योद्ध्याला अत्यंत कठीण असे सात प्रश्न विचारण्यात आले. या प्रश्नांची उत्तरं शोधण्यासाठी त्याला कधी घनदाट अरण्यात प्रवास करावा लागला; तर कधी तप्त वाळवंटात पायपीट करावी लागली. कधी पर्वतांवर, डोंगरटेकड्यांवर चढावं लागलं; तर कधी अंधाऱ्या गुहेत ठेचकाळत शोध घ्यावा लागला. अखेरीस त्याला सात कठीण प्रश्नांची उत्तरं गवसली. कारण त्याच्याजवळ होती दोन शस्त्रं, 'साहस' आणि 'योग्य समज'. त्या योद्ध्याचं नाव, 'हातिम'.

☸ तेजज्ञान इंटरनेट रेडिओ ☸

तेजज्ञान इंटरनेट रेडिओद्वारे २४ तास ३६५ दिवस, सरश्रींच्या प्रवचन आणि भजनांचा लाभ घ्या. त्यासाठी पाहा लिंक -
http://www.tejgyan.org/internetradio.aspx

विविध भारती F.M. वर दर रविवारी
सकाळी १०:०५ ते १०:१५ वा.

नोट : या कार्यक्रमांच्या वेळेत बदल झाल्यास नोंद ठेवावी.

www.youtube.com/tejgyan च्या साहाय्यानेदेखील सरश्रींच्या प्रवचनांचा लाभ घेऊ शकता.
For online shoping visit us - www.tejgyan.org, www.gethappythoughts.org

---

आपणास हवी असलेली पुस्तकं घरपोच मिळण्यासाठी मनीऑर्डर पाठवा. ही पुस्तकं आमच्या खर्चाने रजिस्टर्ड पोस्ट, कुरिअर आणि व्ही.पी.पी.द्वारे पाठवली जातील. त्यासाठी खालील पत्त्यावर संपर्क साधावा.

वॉव पब्लिशिंग्ज् प्रा. लि.
*रजिस्टर्ड ऑफिस : E-4, वैभव नगर, तपोवनमंदिराजवळ, पिंपरी, पुणे -४११०१७
* पोस्ट बॉक्स नं. ३६, पिंपरी कॉलनी, पोस्ट ऑफिस, पिंपरी-पुणे - ४११०१७
फोन नं. : 09011013210 / 9146285129
आपण पुस्तकांची ऑर्डर ऑनलाईनही देऊ शकता.
लॉग इन करा - www.gethappythoughts.org
५०० रुपयांहून अधिक किमतीची पुस्तकं मागवल्यास १०% सूट मिळेल आणि डिलिव्हरी फ्री.

तेजज्ञान फाउंडेशनच्या मुख्य शाखा

पुणे : (रजिस्टर्ड ऑफिस)
विक्रांत कॉम्प्लेक्स, तपोवन मंदिराजवळ, पिंपरी, पुणे : ४११ ०१७.
फोन : (०२०) २७४१२५७६, २७४११२४०

मनन आश्रम :
सर्व्हे नं. ४३, सणस नगर, नांदोशी गांव, किरकटवाडी फाटा, तालुका : हवेली, जि. पुणे: ४११ ०२४. फोन : ०९९२१००८०६०

---

e-books

The Source • Celebrating Relationships • The Miracle Mind • Everything is a Game of Beliefs • Who am I now • Beyond Life • The Power of Present • Freedom from Fear Worry Anger • Light of grace • The Source of Health and many more.
Also available in Hindi at gethappythoughts.org

Free apps

U R Meditation & Tejgyan Internet Radio on all platforms like Android, iPhone, iPad and Amazon

e-magazines

'Yogya Aarogya' & 'Drushtilakshya'
emagazines available on www.magzter.com

e-mail

mail@tejgyan.com

website

www.tejgyan.org, www.gethappythoughts.org

---

* नम्र निवेदन *

विश्वशांतीसाठी लाखो लोक दररोज सकाळी आणि रात्री ९:०९ मिनिटांनी प्रार्थना करत आहेत.
कृपया, आपणही यामध्ये सहभागी व्हा.

www.ingramcontent.com/pod-product-compliance
Lightning Source LLC
LaVergne TN
LVHW041841070526
838199LV00045BA/1379
* 9 7 8 9 3 8 7 6 9 6 2 2 8 *